AF653120

ಪಾಪುಗುರು (ಗುರುಬಸವರಾಜ. ಎಸ್)

ಜನನ 1981. ದಾವಣಗೆರೆಯಲ್ಲಿ ವಾಸ. ದಿನಪತ್ರಿಕೆ ವಿತರಕ, ಮರದ ಕೆಲಸ, ವಿಜಯ ಕರ್ನಾಟಕ ಪತ್ರಿಕೆ ವರದಿಗಾರ.

'ಸೂಜಿ' ಕಾದಂಬರಿಗೆ ಕನ್ನಡ ಪುಸ್ತಕ ಪ್ರಾಧಿಕಾರದಿಂದ ಹಸ್ತಪ್ರತಿಗೆ ಪ್ರೋತ್ಸಾಹ ಧನ ದೊರೆತಿದೆ. ಈ ಕಾದಂಬರಿಗೆ ರಾಜ್ಯ ಮಟ್ಟದ 'ಲೇಖಿಕ' ಪ್ರಶಸ್ತಿ ಹಾಗೂ 'ಗುರುಕುಲ' ಪ್ರಶಸ್ತಿಗಳು ಸಂದಿವೆ. 'ಮುಳ್ಳೆಲೆಯ ಮದ್ದು' ಕವನ ಸಂಕಲನಕ್ಕೆ ರಾಜ್ಯಮಟ್ಟದ 'ಹಿಂದುಸ್ತಾನ್ ರಿಪಬ್ಲಿಕನ್' ಪ್ರಶಸ್ತಿ ಲಭಿಸಿದೆ. ದಾವಣಗೆರೆಯ ಕಾರ್ಮಿಕ ನೇತಾರ ಕಾ॥ ಹೆಚ್ಕೆ. ರಾಮಚಂದ್ರಪ್ಪನವರ ಸಂಸ್ಮರಣ ಗ್ರಂಥ 'ಕೆಂಪು ಕಾಂಡದ ಹೂವು' ಕೃತಿಯ ಸಂಪಾದನೆ. ಅಖಿಲ ಭಾರತ ಕವಿಗೋಷ್ಠಿಯಲ್ಲಿ ಭಾಗಿ. 'ಬಣ್ಣದ ಉಗುರು' ಸಣ್ಣಕಥೆ ಕಿರುಚಿತ್ರವಾಗಿ ಪ್ರದರ್ಶನ ಕಂಡು ಎರಡನೆಯ ಬಹುಮಾನ ಗಳಿಸಿದೆ.

ಕರ್ನಾಟಕ ರಕ್ಷಣಾ ವೇದಿಕೆಯಿಂದ 'ಯುವ ಪುರಸ್ಕಾರ' ಹಾಗೂ ದಾವಣಗೆರೆ ಮಹಾನಗರ ಪಾಲಿಕೆಯಿಂದ ರಾಜ್ಯೋತ್ಸವ ಪ್ರಶಸ್ತಿ.

1215, ಎಸ್.ಪಿ.ಎಸ್. ನಗರ
2ನೇ ಹಂತ, ರಿಂಗ್ ರಸ್ತೆ
ದಾವಣಗೆರೆ–577 006
ಮೋ.: 98441 87574
sgurumanase@gmail.com

ಮಣ್ಣೇ ಮೊದಲು...

ಕವನ ಸಂಕಲನ

ಪಾಪುಗುರು

ವೀರಲೋಕ

ವೀರಲೋಕ ಬುಕ್ಸ್ ಪ್ರೈ.ಲಿ.
207, 2ನೇ ಮಹಡಿ, 3ನೇ ಮೇನ್, ಚಾಮರಾಜಪೇಟೆ
ಬೆಂಗಳೂರು-560018. ಮೊಬೈಲ್: 70221 22121
ಇಮೇಲ್: veeralokabooks@gmail.com
ವೆಬ್‌ಸೈಟ್: www.veeralokabooks.com

MANNE MODALU

An anthology of poetry written by **Paapu Guru (Gurubasavaraja. S)**

Published by:
VEERALOKA BOOKS PVT. LTD.
207, 2nd Floor, 3rd Main
Chamarajpet, Bengaluru-560 018

Mobile : +91 70221 22121
E-mail : veeralokabooks@gmail.com
Website: www.veeralokabooks.com

Price : Rs. 120/-
Pages : 96
First Impression : 2023

Paper used : 70 GSM NS Maplitho
Book size : 1/8th Demy

ISBN : 978-93-94942-75-2

Cover page illustration by : Madan C.P.
Inner pages design by : Vijaya Vikram

ಅರ್ಪಣೆ

ಮಾನಸಿಕ ಖಿನ್ನತೆಯಿಂದ
ನೇಣಿಗೆ ಶರಣಾದಾಗ
ಅವಳು ಬಿಗಿ ಹಿಡಿದಿದ್ದ ಎರಡು ಕೈಗಳ
ಮುಷ್ಟಿಯಲ್ಲಿ
ಒಂದರಲ್ಲಿ
ನನ್ನ ತಾಯಿ ಹೃದಯ
ಇನ್ನೊಂದರಲ್ಲಿ ನನ್ನ ಉಸಿರಿತ್ತು
ಬೆರಳನ್ನು ಬಿಡಿಸಬೇಡಿ
ಅವಳು ಚಿರ ನಿದ್ದೆಯಲ್ಲಿದ್ದಾಳೆ
ಎಚ್ಚರವಾದರೆ
ಅಣ್ಣಾ ಎಂದು ಕೂಗುವ ಮಗಳಂತ ತಂಗಿಗೆ

ಪಾಪುಗುರು ಅವರ 'ಮಣ್ಣೇ ಮೊದಲು'

ಪಾಪುಗುರು ಎಂಬ ಕಾವ್ಯನಾಮದಿಂದ ಪ್ರಸಿದ್ಧರಾಗಿರುವ ದಾವಣಗೆರೆಯ ಗುರುಬಸವರಾಜ. ಎಸ್ ಇವರಿಗೆ ಸಾಹಿತ್ಯವೆಂಬುದು ಕೇವಲ ಸದಭಿರುಚಿಯನ್ನು ಬಿಂಬಿಸುವ ಹವ್ಯಾಸ ಮಾತ್ರವಲ್ಲ. ಅವರಿಗೆ ಓದು–ಬರಹ ಎರಡೂ ಜೀವದ್ರವ್ಯದಷ್ಟೇ ಗಾಢವಾದುದು, ಉಚ್ವಾಸ–ನಿಶ್ವಾಸಗಳಷ್ಟೇ ಮುಖ್ಯವಾದುದು. ವೃತ್ತಿಯಿಂದ ಪತ್ರಕರ್ತ, ಬಡಗಿ, ಕಲಾವಿದ ಎಲ್ಲವೂ ಆಗಿರುವ ಪಾಪುಗುರು ಅವರು ನಮ್ಮ ಅಕಾಡೆಮಿಕ್ ವಲಯದಿಂದಾಚೆಗೂ ಸಮೃದ್ಧ ಸಾಹಿತ್ಯ ಸೃಷ್ಟಿ ಮತ್ತು ಕಾಳಜಿ ತೋರುತ್ತಿರುವ ಯುವ ತಲೆಮಾರಿನ ಲೇಖಕರು. ಇವರ 'ಸೂಜಿ' ಕಾದಂಬರಿ ತನ್ನ ನಿರೂಪಣಾ ಕೌಶಲ್ಯ ಮತ್ತು ಬಿಗಿಯಾದ ನಿರೂಪಣಾ ತಂತ್ರದಿಂದ ಓದುಗರ ಗಮನ ಸೆಳೆದು, ಮೊದಲ ಕೃತಿಯಲ್ಲೇ ಭರವಸೆಯ ಲೇಖಕರೆನಿಸಿದರು. ಕಳೆದೆರಡು ವರುಷಗಳಿಂದಲೂ ಚನ್ನಗಿರಿ ಸಮೀಪದ ಇತಿಹಾಸ ಪ್ರಸಿದ್ಧವೆನಿಸಿರುವ ಸೂಳೆಕೆರೆಯ ಕುರಿತಾದ ಐತಿಹಾಸಿಕ ಕಾದಂಬರಿಯ ರಚನೆಗಾಗಿ ಚರಿತ್ರೆಯ ಪುಟಗಳನ್ನು ಕೆದಕಿ, ಸಂಶೋಧಿಸಿ, ತಲಸ್ಪರ್ಶಿಯಾಗಿ ಅವಲೋಕಿಸುವ ಕ್ಷೇತ್ರಕಾರ್ಯ ಮತ್ತು ತಮ್ಮ ಖಾಸಗಿ ಕ್ಷಣಗಳನ್ನು ಸಂಪೂರ್ಣವಾಗಿ ತೊಡಗಿಸಿಕೊಂಡಿದ್ದಾರೆ. ಇದರ ಮಧ್ಯೆ 'ಮಣ್ಣೇ ಮೊದಲು...' ಎಂಬ ಈ ಕವನ ಸಂಕಲನದ ಮೂಲಕ ಕಾವ್ಯಾಭ್ಯಾಸಿಗಳನ್ನು ಮುಖಾಮುಖಿಯಾಗಿದ್ದಾರೆ. ಬರಹಗಾರರಿಗೆ ಬಿಡುವೆಂದರೆ ಒಂದು ಬರಹದ ಏಕತಾನತೆಯಿಂದ ಬಿಡುಗಡೆ ಹೊಂದಲು ಮತ್ತೊಂದರತ್ತ ಮುಖಮಾಡುವುದು, ಮರಳಿ ಹೊಸ ಚೈತನ್ಯವನ್ನು ಆವಾಹಿಸಿಕೊಂಡು ಮೊದಲ ಕೆಲಸಕ್ಕೆ ಮರಳುವುದು. ಇದನ್ನು ಗಂಭೀರವಾಗಿ ರೂಢಿಸಿಕೊಂಡಿರುವುದರಿಂದಲೇ ಪಾಪುಗುರು ಅವರಿಗೆ ಕಾದಂಬರಿ ರಚನೆಯ ನಡುವೆ ಕವನ ಸಂಕಲನವನ್ನು ಪ್ರಕಟಿಸುವ ಉಮೇದು ತೀವ್ರವಾಗಿದೆಯೆನಿಸುತ್ತದೆ. ನಮ್ಮ ಹೊಸ ತಲೆಮಾರಿನ ಲೇಖಕರು ಈ ಬಗೆಯಲ್ಲಿ ಕ್ರೀಯಾಶೀಲವಾಗಿರುವುದು ಸಂತಸದ, ಸಮಾಧಾನದ ಸಂಗತಿಯೂ ಹೌದು. ಇವೆಲ್ಲದಕ್ಕಿಂತ ಮುಖ್ಯವಾಗಿ ವೀರಲೋಕ ಪ್ರಕಾಶನ ಸಂಸ್ಥೆಯು ಕವನ ಸಂಕಲನವನ್ನು ಮುದ್ರಣ ಮಾಡಲು ಹಸ್ತಪ್ರತಿಗಳನ್ನು

ಆಹ್ವಾನಿಸಿದಾಗ ಈ ಕವನ ಸಂಕಲನ ಆಯ್ಕೆಯಾಗಿರುವುದು ಹೆಮ್ಮೆಯ ಸಂಗತಿ.

ಈ ಸಂಕಲನದ ಕವಿತೆಗಳಲ್ಲಿ ಪಾಪುಗುರು ಅವರ ಪೊಲಿಟಿಕಲ್ ಚಿಂತನೆಗಳು ಗಾಢವಾಗಿ ಕಾಣಬರುತ್ತವೆ. 'ಯುವ ತಲೆಮಾರು ಆರಂಭದಲ್ಲಿಯೇ ರಾಜಕೀಯ ಕಾವ್ಯದ ಮೂಲಕ ಪ್ರಕಟಗೊಳ್ಳಬಾರದು' ಎಂದು ಪಾಬ್ಲೋ ನೆರೂಡಾ ಒಂದು ಕಡೆ ಬರೆದಿರುವ ಮಾತು ನೆನಪಿಗೆ ಬರುತ್ತಿದೆ. ನಮ್ಮ ಯುವಕರು ತೀವ್ರವಾಗಿ ಪ್ರೇಮಕಾವ್ಯದಲ್ಲಿ ಮಿಂದೆದ್ದ ಮೇಲಷ್ಟೇ ರಾಜಕೀಯ ಚಿಂತನೆಗಳತ್ತ ವಾಲಬೇಕೆಂಬುದು ಆತನ ಅಪೇಕ್ಷೆ. ಆದರೆ ಎಲ್ಲ ಬಗೆಯ ಅನುಭವಗಳ ಮೂಲಕವೇ ತಮ್ಮ ಕಾವ್ಯದ ಮುಖೇನ ರಾಜಕೀಯವಾಗಿ ಗುರುತಿಸಿಕೊಳ್ಳುವ ಮಾರ್ಗವನ್ನು ನಮ್ಮ ಯುವಕವಿಗಳು ಕಂಡುಕೊಂಡಿದ್ದಾರೆಂಬುದಕ್ಕೆ ಪಾಪುಗುರು ಅವರ ರಚನೆಗಳು ಪುರಾವೆ ಒದಗಿಸುತ್ತವೆ. ಇವರ ಕವಿತೆಗಳು ಲೋಕದ ಎಲ್ಲ ವ್ಯಂಗ್ಯಗಳನ್ನೂ ನಾಜೂಕಾಗಿ ರೂಪಕಗೊಳಿಸುವ ಬಗೆಯಲ್ಲಿ ಇದನ್ನು ಮನದಟ್ಟು ಮಾಡಿಕೊಳ್ಳಬಹುದು. ಸೂಕ್ಷ್ಮ ಸಂವೇದಿಯಾದ ಈ ಕವಿ ಮಣ್ಣಿನ ಬಗ್ಗೆ ಬರೆಯುವಾಗ, ತಾಯಿ, ತಂದೆ, ಬಡತನ, ಹಸಿವು, ಅಕ್ಷರದ ಮೋಹ, ಮದುವೆ, ಪ್ರಣಯ, ಒಂಟಿತನ, ಮಿಲನ, ಸ್ಖಲನ, ವಿರಹ, ಬದುಕಿನ ದ್ವಂದ್ವ, ಜಿಜ್ಞಾಸೆ, ಮನುಷ್ಯನ ಲೋಭ, ಸಣ್ಣತನ, ಮಾತ್ಸರ್ಯ, ಬಾಂಧವ್ಯಗಳ ಬಿರುಕು, ಆತ್ಮಸಾಂಗತ್ಯದ ವಿಪರ್ಯಾಸ, ಬದುಕಿನಲ್ಲಿ ಎದುರಿಸಬೇಕಾದ ಅವಮಾನ, ಅಸಹಾಯಕತೆಗಳೆಲ್ಲದರ ಬಗ್ಗೆ ಬರೆಯುವಾಗ ಸಾಧಿಸಿಕೊಳ್ಳಬೇಕಾದ ಮೌನ ಮತ್ತು ಲಘು ನಿರ್ಲಕ್ಷ್ಯ ಭಾವಗಳನ್ನು ಹದವರಿತು ಕಾಣಿಸಬಲ್ಲವರಾಗಿದ್ದಾರೆ. ಇದರ ಮುಂದುವರಿಕೆಯಾಗಿ ಲೋಕದ ಡೊಂಕು ಇವರಿಗೆ ರಾಜಕೀಯ ಹುನ್ನಾರಗಳನ್ನು ಕುರಿತು ಬರೆಯಲು ಪ್ರೇರೇಪಿಸಿವೆಯಾದ್ದರಿಂದ ನೆರೂಡಾ ಬಯಸಿದ ದಾರಿಯಲ್ಲಿ ಪಾಪುಗುರು ಅವರ ರಚನೆಗಳು ಸಾಗಿ ಬಂದಿವೆಯೆಂಬ ಸಮಾಧಾನ ನಮಗಾಗುತ್ತದೆ.

'ಮಣ್ಣು' ಮತ್ತು 'ಮಾತೃ' ಇವೆರಡೂ ಪಾಪುಗುರು ಅವರ ಕವಿತೆಗಳಲ್ಲಿ ಮತ್ತೆ ಮತ್ತೆ ಎದುರಾಗುವ ಮುಖ್ಯ ವಸ್ತುಗಳು. ಸಂಕಲನಕ್ಕೂ 'ಮಣ್ಣೇ ಮೊದಲು...' ಎಂಬ ಶೀರ್ಷಿಕೆ ಕೊಟ್ಟಿರುವುದನ್ನು ನೆನಪಿನಲ್ಲಿಡಬೇಕು. ಸಂಸಾರದ ಸಾರವನ್ನು ಬದುಕಿನ ನಿಜವಾದ ಚೈತನ್ಯಶಕ್ತಿಯಾಗಿ ಕಾಣುವ ಹಂಬಲ ಎಲ್ಲರದು. ಬಳ್ಳಿ ಚಿಗುರಿ ಬಿಳಿಯ ಹೂವರಳಿಸಲು ಮಣ್ಣಿನ ಸಾರ–ಸತ್ವಗಳು ಅಗತ್ಯವಾಗಿ ಬೇಕಿರುವಂತೆ ಬದುಕಿನ ಬಿಳಿ ಹೂವು, ಎಂದರೆ ಶಾಂತಿ ನೆಮ್ಮದಿಗಾಗಿ ದಾಂಪತ್ಯ ಸತ್ವದ ಪುಷ್ಟಿಯ ಅವಶ್ಯಕತೆಯನ್ನು ಈ ಕವಿ ಪ್ರತಿಪಾದಿಸುವ ಮೂಲಕ ಕೌಟುಂಬಿಕ ಮೌಲ್ಯವನ್ನು ಎತ್ತಿಹಿಡಿಯುತ್ತಾರೆ ಮತ್ತು ಅದು ಇಹದಲ್ಲೇ

ದೊರಕಿಸುವ ಸುಖ, ನೆಮ್ಮದಿ, ಶಾಂತಿಗಳನ್ನು ಉದ್ದೀಪಿಸುವುದರಿಂದ ಪರಕ್ಕಿಂತ ಇಹದ ಪರಿಮಳದ ಹಾದಿ ಪ್ರಧಾನವಾಗುವುದರಿಂದ ಅವರಿಗೆ ಮಣ್ಣೇ ಮೊದಲು, ಉಳಿದವು ಆಮೇಲೆ ಎನಿಸಿದೆ. ನಮ್ಮ ಅಸ್ತಿತ್ವವಿರುವುದು, ಲೀನವಾಗುವುದು ಎಲ್ಲವೂ ಮಣ್ಣಿನಲ್ಲಾದುದರಿಂದ ಮಣ್ಣು ಈ ಬದುಕಿನ ಮೂಲ ನೆಲೆಯಾಗಿ, ನಮ್ಮ ಹಲವು ಆಕಾಂಕ್ಷೆಗಳ ವಾಹಕವಾಗಿ, ಮುಕ್ತಿ ಕಾಣಿಸುವ ರೂಪಕವಾಗಿ ಕವಿಗೆ ಕಾಣಿಸುತ್ತದೆ. ಮಣ್ಣಿನಲ್ಲಿ ಬಿದ್ದ ಬೀಜ, ಅದರ ಸಾರವನ್ನು ಹೀರಿಕೊಂಡು ಮೊಳಕೆಯೊಡೆದು, ಮೇಲೆದ್ದು ನಿಲ್ಲುವಂತೆಯೇ ಕಳಚಿ ಬಿದ್ದಿರುವ ಮಾನವೀಯತೆಯ ನೆರಕೆಯ ಗೋಡೆಯಿಂದ ಹೊರಗೋಡಿ ಬಂದು ಜೀವ ಉಳಿಸಿಕೊಳ್ಳುವಂತೆ ಬೆದರಿಕೆಯೊಡ್ಡುವವರಿಗೆ ಸೆಡ್ಡು ಹೊಡೆಯಲು ಮಣ್ಣಮೇಲೆ ಬಿದ್ದ ಬೀಜದಂತೆ ಪುನಃ ಬಂಡೆದ್ದು ನಿಲ್ಲುವುದಕ್ಕೂ ಮಣ್ಣು ಮೂಲ ನೆಲೆಯಾಗುವುದನ್ನು ಕವಿಯೂ ಅರ್ಥಮಾಡಿಕೊಂಡಿರುವುದರಿಂದ ಮಣ್ಣಿನ ವಾಸನೆ ಇವರ ರಚನೆಗಳಲ್ಲಿ ಗಾಢವಾಗಿ ಆವರಿಸಿಕೊಂಡಿದೆ. ಹಲವಾರು ಕವಿತೆಗಳ ಸ್ಥಾಯಿಭಾವ ಮಣ್ಣೇ ಆಗಿರುವುದು ಆಕಸ್ಮಿಕವೇನಲ್ಲ.

ಮಣ್ಣಿನ ದಾಹ ಹೆಣ್ಣಿನ ದಾಹವೂ ಆಗಿ ಶೋಷಣೆಗೆ ಕಾರಣವಾಗುವ ಪರಿಯನ್ನು 'ಮಾತೇ' ಭಾವದ ಕವಿತೆಗಳು ಅರುಹುತ್ತವೆ. ಕಡು ಬಡತನದ ನಡುವೆಯೂ ಗಂಡು ಸಂತಾನದ ನೆಪದಲ್ಲಿ ಅಪ್ಪ ತನ್ನ ಹೆಂಡತಿಯನ್ನು ಭೋಗದ ವಸ್ತುವಾಗಿ, ಮಕ್ಕಳನ್ನು ಹೆರುವ ಯಂತ್ರವಾಗಿ ಕಾಣುವ ಧೋರಣೆಯನ್ನು ಕ್ರೌರ್ಯದ ಮತ್ತೊಂದು ಮುಖವೆಂದೇ ಭಾವಿಸುವ ಕವಿಗೆ ಹೆರಿಗೆಯಲ್ಲೇ ಜೀವಬಿಟ್ಟ ಅಮ್ಮನ ನೆನಪು ಬಲವಾಗಿ ಕಾಡಿದೆ. ನೀರಿಗೂ ಬರವಿದ್ದ ಕಡುಬಡತನದ ಕುಟುಂಬದಲ್ಲಿ ಜೀವತೇದ ಅಸಹಾಯಕ ಹೆಣ್ಣೊಂದರ ಬಗ್ಗೆ ಸ್ವಾನುಕಂಪ ಸಹಾನುಭೂತಿ ಹೊಮ್ಮಿಸುವಂತೆ ಬರೆಯಬಲ್ಲ ಈ ಕವಿಗೆ ಮಡದಿಯ ಸಹಭಾಗಿತ್ವದಲ್ಲಿ, ಸಹಚರ್ಯದಲ್ಲಿ ತಾಯಿಪಟ್ಟ ಸಂಕಷ್ಟಗಳ ಸರಮಾಲೆಯ ಪಡಿನೆಳಲು ಕಾಣಿಸುವುದರಿಂದ ತಾನು ತನ್ನಪ್ಪನಂತಾಗಬಾರದೆಂಬ ವಿವೇಕ ಜಾಗೃತವಾಗಿ, ಮಡದಿ-ಮಕ್ಕಳ ಸಂಸಾರದ ಕೇಂದ್ರ ಧ್ರುವಶಕ್ತಿಯಾಗಿ ಹೊಣೆಗಾರಿಕೆಯನ್ನು ನಿಭಾಯಿಸಬಲ್ಲೆನೆಂಬ ಮನೋಧರ್ಮವೂ ಪ್ರಾಪ್ತವಾಗಿದೆ. ಮಣ್ಣು ಮತ್ತು ಹೆಣ್ಣು ಎರಡೂ ನಮ್ಮ ಜೀವನವನ್ನು ನೆಲೆಮುಟ್ಟಿಸುವ ಅಡಿಪಾಯವಾಗಿರುವುದರಿಂದ ಅವುಗಳ ಬಗ್ಗೆ ಆಪ್ತ ಕವಿತೆಯೊಂದು ಓದುಗರಿಗೆ ರವಾನಿಸುವ ಇಂಥ ಸಕಾರಾತ್ಮಕ ಜೀವನ ಮೌಲ್ಯಗಳತ್ತಲೂ ನಾವು ಗಮನಹರಿಸಬೇಕೆಂದು ಒತ್ತಾಯಿಸುವ ಇಂತಹ ಅನೇಕ ರಚನೆಗಳು ಈ ಸಂಕಲನದಲ್ಲಿ ಎದುರಾಗುತ್ತವೆ.

ಪಾಪುಗುರು ಅವರ ಚಿಂತನೆಗಳ ಹಿಂದೆ ಪುರಾಣ ಇದೆ, ಚರಿತ್ರೆ ಇದೆ. ಬುದ್ಧ, ಬಸವ, ಗಾಂಧಿ, ಅಂಬೇಡ್ಕರ್, ದಾಸಿಮಯ್ಯ, ಯಶೋಧರೆ,

ನೀಲಾಂಬಿಕೆ, ಕಸ್ತೂರ ಬಾ ಮುಂತಾದವರಿದ್ದಾರೆ. ರಾಮನಾಥ, ಸೋಮನಾಥರ ಸ್ಮರಣೆಯೂ ಇದೆ. ಇವನ್ನೆಲ್ಲ ವರ್ತಮಾನದ ಬಿಕ್ಕಟ್ಟುಗಳನ್ನೆದುರಿಸುವಾಗ ಕವಿ ಸ್ಮರಣೆಗೆ ತಂದುಕೊಂಡು ಅವರುಗಳೆದುರಿಸಿದ ಸಂಕಷ್ಟಗಳು, ಅವಕ್ಕೆ ಎದೆಯೊಡ್ಡಿದ ಬಗೆಗಳಿಂದ ಈ ಕಾಲದ ಬಿಕ್ಕಟ್ಟುಗಳನ್ನೆದುರಿಸುವ ಸ್ಫೂರ್ತಿ ಪಡೆಯುವುದರ ಜೊತೆಗೆ ಬದಲಾದ ಕಾಲ ಸೃಷ್ಟಿಸಿರುವ ಕಂದಕಗಳನ್ನೆದುರಿಸವ ಸವಾಲುಗಳು ಬೇರೆ ಬೇರೆಯಾಗಿವೆಯೆಂಬುದನ್ನೂ ಬಲ್ಲವರಾಗಿರುವುದು ಗಮನಾರ್ಹ. ಏಕಾಂತ ಮತ್ತು ಲೋಕಾಂತದ ನಡುವೆ ಪರಿಹಾರಗಳನ್ನು ಕಂಡುಕೊಳ್ಳುವ ಸಾಧನವಾಗಿ ಪಾಪುಗುರು ಅವರ ರಚನೆಗಳು ಮಹತ್ವ ಪಡೆಯುತ್ತವೆ. ಕವಿತೆಗಳು ಇವರಿಗೆ ವೈಯಕ್ತಿಕ ಬದುಕಿಗಾದ ಗಾಯಗಳಿಗೆ, ನೋವುಗಳಿಗೆ ಮುಲಾಮಾಗಿ ಕಾಣುವಂತೆ ಲೋಕದ ಗಾಯಗಳಿಗೂ ಮುಲಾಮಾಗಬೇಕೆಂಬ ಹಂಬಲವಿದೆ. ಸಮಾಜದ ಸ್ವಾಸ್ಥ್ಯವನ್ನು ಯಾವುದೇ ಬಗೆಯಲ್ಲೂ ಕಾಯಲು ಸಿದ್ಧವಾಗುವೆನೆಂಬ ಆಶಯವನ್ನೇ ಇವರ ರಚನೆಗಳು ಮುನ್ನೆಲೆಗೆ ತಂದು ವೈಯುಕ್ತಿಕ ಹಪಾಹಪಿಗಳನ್ನು ಕನವರಿಸಿದರೂ ಅವನ್ನು ಬದಿಗೆ ತಳ್ಳಬಲ್ಲ ಸಂಯಮವನ್ನು ತೋರಿರುವುದು ಕೂಡ ಅತ್ಯಂತ ಮುಖ್ಯವಾದ ಧೋರಣೆಯೇ ಆಗಿದೆ.

ಇಲ್ಲಿನ ರಚನೆಗಳೆಲ್ಲವೂ ಯಶಸ್ವಿಯಾದವಿಗಳೆಂದೂ ಸಫಲವಾದವುಗಳೆಂದು ಹೇಳಲಾಗದು. ಆರಂಭದ ತೀವ್ರತೆಯನ್ನು ಕೊನೆಕೊನೆಗೆ ತೆಳುವಾಗಿಸಿಕೊಂಡಿರುವ ರಚನೆಗಳೂ ಇಲ್ಲಿವೆ. ತಮ್ಮ ಉದ್ದೇಶಕ್ಕೊಂದು ತಾರ್ಕಿಕ ಅಂತ್ಯ ಕಾಣಿಸುವಲ್ಲಿ ಕೆಲವೆಡೆ ಗೆದ್ದರೆ, ಹಲವೆಡೆ ಸೋತಿದ್ದಾರೆ. ತಮ್ಮ ಭಾವನೆಗಳನ್ನು ಸರಳವಾದ ರೀತಿಯಲ್ಲಿ ಓದುಗರಿಗೆ ದಾಟಿಸುವ ಪ್ರಯತ್ನದಲ್ಲಿ ಯಶಸ್ಸನ್ನು ಸಾಧಿಸಿದ್ದರೂ ಕೆಲವು ಸಾಲುಗಳು ತುಂಬ ಸುಲಭ, ಸರಳವಾಗಿ ತಮ್ಮ ದನಿಯನ್ನು ಬಿಟ್ಟುಕೊಡುವುದರಿಂದ ಕವಿತೆ ಬಂಧ ಸಡಿಲವಾಗುವ ಅಪಾಯವನ್ನು ಮತ್ತಷ್ಟು ಎಚ್ಚರದಿಂದ ಗಮನಿಸಬಹುದಿತ್ತು. ಪಾಪುಗುರು ಅವರಿಗೆ ಲೋಕದೊಂದಿಗಿನ ತಮ್ಮ ಸಂಬಂಧದಲ್ಲಿ ತಲೆದೋರುವ ತಕರಾರುಗಳನ್ನು ಮಂಡಿಸುವುದು ಮುಖ್ಯವಾಗಿರುವುದರಿಂದ ಏರುದನಿಯಲ್ಲೇ ಅವರು ಮಾತಿಗಾರಂಭಿಸುತ್ತಾರೆ. ಆದರೆ ಏರುದನಿಗೆ ಆರ್ದ್ರತೆ ಘಟಿಸುವ ಧ್ಯಾನಸ್ಥ ಸ್ಥಿತಿಯ ಮೌನ ಮತ್ತು ಹದವನ್ನೂ ಕೆಲವು ರಚನೆಗಳು ತೋರಿರುವುದನ್ನು ಮರೆಯುವಂತಿಲ್ಲ. ಲೋಕ ಸಂವಾದಿಯಾದ ಭಾಷಾಬಳಕೆಯ ಕ್ರಮವೊಂದನ್ನು ರೂಢಿಸಿಕೊಂಡಿರುವ ಈ ಕವಿ ಅನವಶ್ಯಕವಾದ, ಭಾರವಾದ ರೂಪಕಗಳನ್ನು ಪ್ರತಿಮೆಗಳನ್ನು ತಂದು ಹೇರುವುದಿಲ್ಲ. ಕೇಡನ್ನು ಬಯಸುವ ಎಲ್ಲರನ್ನೂ, ಎಲ್ಲವನ್ನೂ ತಮ್ಮ ಎದುರಾಳಿಗಳನ್ನಾಗಿಸಿಕೊಂಡು ವಾಗ್ವಾದಕ್ಕಿಳಿಯುವ ಪಾಪುಗುರು ಅವರು ತಮ್ಮೊಳಗಿನ ತವಕ ತಲ್ಲಣಗಳಿಗೆ ಒಂಟಿತನಕ್ಕೆ ಸೂಕ್ತವಾದ ಆವರಣವೊಂದನ್ನು

ಸೃಷ್ಟಿಸಿಕೊಂಡು ಬರೆಯಬಲ್ಲ ಕವಿ. ಆವೇಶಭರಿತ ಪ್ರಚೋದನಾತ್ಮಕ ಭಾವಗಳಿಗೆ ಎಡೆಯಿಲ್ಲದೆ, ವೈಚಾರಿಕತೆಯ ಬುನಾದಿಯ ಮೇಲೆ ಕವಿತೆಯ ಸೌಧ ಕಟ್ಟುವ ಪ್ರಯತ್ನದಲ್ಲಿ ಪಾಪುಗುರು ಇದ್ದಾರೆಂಬುದೇ ಅವರ ಬಗ್ಗೆ ಭರವಸೆ ತಳೆಯಲು ಕಾರಣವಾಗಿದೆ. ತಮ್ಮೊಳಗಿನ ಸಾತ್ವಿಕ ಕೋಪಕ್ಕೆ, ಟೀಕಿಸುವ ಗುಣಕ್ಕೆ ಮತ್ತಷ್ಟು ಸೂಕ್ಷ್ಮತೆಗಳನ್ನು ಜೋಡಿಸಿಕೊಳ್ಳುವ ಶಕ್ತಿ ಪಾಪುಗುರು ಅವರಿಗೆ ಪ್ರಾಪ್ತವಾಗಲಿ. ಅವರ ಒಳದನಿ ಮತ್ತಷ್ಟು ಆರ್ದ್ರವಾಗಿ ಓದುಗರ ಎದೆಯನ್ನು ಮೆದುವಾಗಿಸಲಿ. ಗದ್ಯ–ಪದ್ಯಗಳೆರಡರಲ್ಲೂ ಯಶಸ್ಸನ್ನು ಕಾಣಲೆಂದು ಪ್ರೀತಿಯಿಂದ ಹಾರೈಸಿ 'ಮಣ್ಣೇ ಮೊದಲು...' ಸಂಕಲನವನ್ನು ನನ್ನ ಕೈಯಿಂದ ನಿಮ್ಮ ಕೈಗಿಡುತ್ತಿರುವೆ, ಪ್ರೀತಿಯಿಂದ ಬರಮಾಡಿಕೊಳ್ಳಿ... ಕವಿಗೆ ಶುಭಾಶಯಗಳು.

–ಡಾ. ಎಚ್.ಎಸ್. ಸತ್ಯನಾರಾಯಣ

ವಿಮರ್ಶಕರು, ಬೆಂಗಳೂರು

ಕವಿತೆ ಓದುವ ಮೊದಲು

ನನ್ನೊಳಗೆ ಹುಟ್ಟುವ ಪ್ರತಿ ಕವಿತೆಗಳು ತನ್ನ ಮೂಲ ಬೇರುಗಳನ್ನು ನೋಡಿಕೊಳ್ಳುತ್ತವೆ. ಆಗ ಮಣ್ಣಿಗೆ ಬಲವಾಗಿ ಅಂಟಿಕೊಂಡಿದ್ದ ಬೇರುಗಳು 'ನಾವು ಮಣ್ಣಿನೊಳಗಿದ್ದೇವೆ, ನಿಮ್ಮ ಬಾಹ್ಯ ಪ್ರಪಂಚ ತಿಳಿಯದು' ಎನ್ನುವ ತರ್ಕವನ್ನು ಉರುಳಿಸಿದಾಗ, ಅದಕ್ಕೆ ಪ್ರತಿರೂಪವಾಗಿ ಪುಟಿದೇಳುವ ಅಕ್ಷರಗಳು ಜಗತ್ತಿನ ಸುಂದರ ಬಣ್ಣ ಕರಿಶಾಯಿಯಲ್ಲಿ ಮಿಂದೆದ್ದು ಎಲ್ಲದಕ್ಕೂ ಮಣ್ಣೇ ಮೊದಲು ಎಂದು ಕೂಗುವಷ್ಟರಲ್ಲಿ ಈ ಕವಿತೆಗಳು ಒಡಮೂಡಿದ್ದವು. ಕವಿತೆಗಳನ್ನು ಆ ತಕ್ಷಣಕ್ಕೆ ಬಗೆಯಲು ನನ್ನಿಂದ ಇದುವರೆಗೂ ಸಾಧ್ಯವಾಗಿಲ್ಲ. ಏಕೆಂದರೆ ಅದು ಪದಗಳ ಆಟವೆಂದು ಭಾವಿಸಿರುವ ನಾನು, ಬಿಟ್ಟು ಬಿಟ್ಟು ಆಡಿದಷ್ಟು ನನ್ನೊಳಗೆ ಪಟ್ಟು ಹೆಚ್ಚಾಗುತ್ತದೆ. ಬರೊಬ್ಬರಿ ಐದು ವರ್ಷಗಳ ಅವಧಿಯಲ್ಲಿ ಕೇವಲ ನಲವತ್ತು ಪದ್ಯಗಳನ್ನು ಮಾತ್ರ ಬರೆಯಲು ಸಾಧ್ಯವಾಗಿದೆ. ಇಲ್ಲಿರುವ ಬಹುತೇಕ ಪದ್ಯಗಳು ಅನೇಕ ಸ್ಪರ್ಧೆಗಳಲ್ಲಿ ಸಾಕಷ್ಟು ಪೈಪೋಟಿ ನೀಡಿವೆ ಎನ್ನುವ ಸಮಾಧಾನವೇ ಈ ಪುಸ್ತಕ ಮಾಡಲು ಹುರಿಗೊಳಿಸಿದೆ.

ಇದ್ದ ಸ್ವಲ್ಪ ಸಮಯದಲ್ಲೇ ಇಲ್ಲಿರುವ ಕವಿತೆಗಳನ್ನು ಓದಿ ನನ್ನ ಕವಿತೆಗಳಿಗೆ ರಹದಾರಿಯ ಲಹರಿ ಬರೆದುಕೊಟ್ಟ ಗೆಳೆಯರಂತ ಗುರುಗಳಾದ ಡಾ. ಎಚ್. ಎಸ್. ಸತ್ಯನಾರಾಯಣರವರಿಗೆ ಹಾಗೂ ಪುಸ್ತಕದ ಹಿಂದಿನ ಪುಟಕ್ಕೆ ಅಕ್ಷರಗಳ ಕಾಡಿಗೆಯನ್ನು ಇಟ್ಟ ಹಿರಿಯ ಕವಯಿತ್ರಿ ಪ್ರೊ. ಎಂ.ಆರ್. ಕಮಲರವರಿಗೆ ನನ್ನ ಅನಂತ ಪ್ರಣಾಮಗಳು.

ವೀರಲೋಕ ಪ್ರಕಾಶನ ಸಂಸ್ಥೆಯ ಮುಖ್ಯಸ್ಥರಾದ ವೀರಕಪುತ್ರ ಶ್ರೀನಿವಾಸ ಸರ್, ನನಗೆ ಸದಾ ಅಚ್ಚರಿಯ ಬೆರಗು. ಅವರಲ್ಲಿರುವ ಕ್ರಿಯಾಶೀಲತೆ ನನ್ನನ್ನು ಅನೇಕ ಸಲ ಬಡಿದೆಬ್ಬಿಸಿದೆ. ಅವರ ಸಂಸ್ಥೆಯಿಂದ ಪುಸ್ತಕಗಳನ್ನು ಪ್ರಕಟಿಸಲು ನೀಡಿದ್ದ ಜಾಹಿರಾತನ್ನು ನೋಡಿ 'ಮಣ್ಣೇ ಮೊದಲು' ಕವನ ಸಂಕಲನದ ಹಸ್ತಪ್ರತಿಯನ್ನು ಕಳುಹಿಸಿದೆ. ಈ ಕೃತಿ ಮುದ್ರಣಕ್ಕೆ ಆಯ್ಕೆಯಾದಾಗ ನನ್ನೊಳಗೆ ಉದ್ಭವಿಸಿದ ಸಂತಸವನ್ನು ನನ್ನ ಕುಟುಂಬಕ್ಕೆ ಹಂಚಿದ್ದೇನೆ.

ಒಟ್ಟಾರೆ ಕವನ ಸಂಕಲನವನ್ನು ಹೊರತರುವ ಮನಸ್ಸಿರಲಿಲ್ಲ; ಅದಕ್ಕೆ ಕಾರಣಗಳು ನೂರಾರು. ಪ್ರತಿಯೊಂದು ಕವನ ಸ್ಪರ್ಧೆಗೆ ಹಾಗೂ ಕವನ ಸಂಕಲನದ ಹಸ್ತಪ್ರತಿ ಸ್ಪರ್ಧೆಗೆ ಕಳುಹಿಸುವಂತೆ ಸದಾ ನನಗೆ ಹುರಿದುಂಬಿಸುವ ನಿರ್ಮಲ ಮನಸ್ಸಿನ, ನನ್ನ ಹಿರಿಯ ಸಹೋದರನಂತಿರುವ ಸಂತೇಬೆನ್ನೂರು ಫೈಜ್ನಟ್ರಾಜ್ ಹಾಗೂ ಮಿತ್ರರಾದ ಎಚ್.ಬಿ. ಇಂದ್ರಕುಮಾರ್ ಹಾಗೂ ನಾಗರಾಜ ಸಿರಿಗೆರೆ, ಸದಾಶಿವ ಸೊರಟೂರು, ವಿ. ಹನುಮಂತಪ್ಪ ಹಾಗೂ ಎ. ಫಕೃದ್ದೀನ್, ಟಿ.ಎಂ. ವಿನಾಯಕ ಇವರಲ್ಲದೇ ಸದಾ ನನ್ನ ಏಳ್ಗೆಯನ್ನು ಬಯಸುವ ವಿಜಯ ಕರ್ನಾಟಕ ದಾವಣಗೆರೆ ಆವೃತ್ತಿಯ ಸಂಪಾದಕರಾದ ಸದಾನಂದ ಹೆಗಡೆ, ಪತ್ರಕರ್ತರಾದ ಬಿ.ಎನ್. ಮಲ್ಲೇಶ್, ನಾಗರಾಜ ಬಡದಾಳ ಹಾಗೂ ಗುರು ಸಮಾನರಾದ ಡಾ. ಎಂ.ಜಿ. ಈಶ್ವರಪ್ಪ, ಡಾ. ಮಲ್ಲಿಕಾರ್ಜುನ ಕಲಮರಹಳ್ಳಿ, ಡಾ. ಎ.ಬಿ. ರಾಮಚಂದ್ರಪ್ಪ, ಡಾ. ದಾದಪೀರ್ ನವಿಲೆಹಾಳ್, ಬಾಮ. ಬಸವರಾಜಯ್ಯ, ಎಸ್.ಟಿ. ಶಾಂತಗಂಗಾಧರ ಹಾಗೂ ನನ್ನೆಲ್ಲಾ ಸಾಹಿತ್ಯದ ಹಿತೈಶಿಗಳಿಗೆ ಈ ಮೂಲಕ ಅವರಿಗೆ ನನ್ನ ಬೊಗಸೆಯಲ್ಲಿರುವ ಅಕ್ಷರ ವೃಷ್ಟಿಯನ್ನು ಅರ್ಪಿಸುತ್ತೇನೆ.

ಇಲ್ಲಿರುವ ಪದ್ಯಗಳ ಕವಿತೆಗಳನ್ನು ಈ ಮೊದಲು ಪ್ರಕಟಿಸಿರುವ ವಿಜಯ ಕರ್ನಾಟಕ, ಪ್ರಜಾವಾಣಿ, ಜನತಾವಾಣಿ, ನಗರವಾಣಿ, ದಾವಣಗೆರೆ ಇಮೇಜ್, ಜಿಲ್ಲೆ ಸಮಾಚಾರ ದಿನಪತ್ರಿಕೆಗಳಲ್ಲದೇ ಇಲ್ಲಿರುವ ಅನೇಕ ಕವಿತೆಗಳನ್ನು ಬಳಸಿಕೊಂಡಿರುವ ಅಂತರ್ಜಾಲ ಪತ್ರಿಕೆಯ ಸಂಪಾದಕರುಗಳಿಗೆ ಈ ಮೂಲಕ ಕೃತಜ್ಞತೆಗಳನ್ನು ದಾಟಿಸುತ್ತೇನೆ.

–ಪಾಪುಗುರು

ಪ್ರಕಾಶಕರ ನುಡಿ

ವೀರಲೋಕ ಎರಡನೇ ವರ್ಷದ ಸಂಭ್ರಮಕ್ಕೆ ಸಾಕ್ಷಿಯಾಗುತ್ತಿದೆ. ಸಂಭ್ರಮದ ಜೊತೆ ಜೊತೆಗೆ ಜವಾಬ್ದಾರಿಗಳೂ ಬೆನ್ನೇರಿವೆ. ಮೊದ ಮೊದಲು ಅಕ್ಷರ ಲೋಕಕ್ಕೆ ನಮ್ಮ ಬಗ್ಗೆ ಕುತೂಹಲವಿತ್ತು. ನಾವು ಏನು ಮಾಡಬಲ್ಲೆವು, ಏನೆಲ್ಲ ಮಾಡಲಾರೆವು ಎಂಬ ಅಂದಾಜಿತ್ತು. ಈಗ ನಾವು ಮಿತಿಗಳನ್ನು ದಾಟಿಕೊಳ್ಳಬೇಕಿದೆ. ಮತ್ತೆ ಮತ್ತೆ ಅಚ್ಚರಿಯೊಂದಿಗೆ ಓದುಗರ ಎದುರು ನಿಲ್ಲಬೇಕಿದೆ. ಅದು ನಮ್ಮ ಮುಂದಿರುವ ಸದ್ಯದ ಸವಾಲು.

ಕನ್ನಡದಲ್ಲಿ ಅಕ್ಷರ ಕೃಷಿ ಹುಲುಸಾಗಿದೆ. ಕೃತಿಗಳ ಸಂಖ್ಯೆ ಅಚ್ಚರಿಯನ್ನುವಷ್ಟು ವೃದ್ಧಿಯಾಗಿದೆ. ಆದರೆ, ಓದುಗರ ಸಂಖ್ಯೆ ಗಮನಿಸಿದಾಗ ಖೇದವಾಗುತ್ತದೆ. ಕೃತಿಗಳು ಹೆಚ್ಚಾದಂತೆ ಓದುಗ ದೊರೆಯ ಮನಸ್ಸೂ ವಿಶಾಲವಾಗಬೇಕಿತ್ತು. ಆದರೆ, ಓದುಗರಿಗೆ ಆಯ್ಕೆಗಳು ಹಲವು. ಪುಸ್ತಕವನ್ನೇ ಕಾದು ಕೂತು ಓದುವ ಕಾಲ ಕ್ಷೀಣಿಸುತ್ತಿದೆ. ಈ ಆತಂಕವನ್ನು ಲೇಖಕ ಮತ್ತು ಪ್ರಕಾಶಕ ಒಟ್ಟಾರೆ ಕೂತು ಬಗೆಹರಿಸಿಕೊಳ್ಳಬೇಕಿದೆ.

ನನ್ನ ಈ ಗ್ರಹಿಕೆ ತಪ್ಪೂ ಇರಬಹುದು. ಆದರೂ, ಈ ಮಾತನ್ನು ಹೇಳಲೇಬೇಕಿದೆ. ಬಹುತೇಕ ಲೇಖಕರು ಕೃತಿಗಳ ಸಂಖ್ಯೆಯ ಕಡೆ ಗಮನ ಹರಿಸುತ್ತಿದ್ದಾರೆ ವಿನಃ, ತಮ್ಮ ಹಿಂದಿನ ಕೃತಿಗೂ, ಹೊಸ ಕೃತಿಗೂ ನಡುವಿನ ಓದುಗರ ಸಂಖ್ಯಾ ವ್ಯತ್ಯಾಸವನ್ನು ಗಮನಿಸುತ್ತಿಲ್ಲ. ವರ್ಷಕ್ಕೋ, ಎರಡು ವರ್ಷಕ್ಕೋ ಒಂದೊಂದು ಕೃತಿಯನ್ನು ತರುವ ಲೇಖಕರನ್ನು ನಾವು ಕಂಡಿದ್ದೇವೆ. ಅವರ ಕೃತಿಗಾಗಿ ಲಕ್ಷಾಂತರ ಓದುಗರು ಕಾದುಕೊಂಡಿರುತ್ತಿದ್ದರು. ಪುಸ್ತಕ ಬಿಡುಗಡೆ ಮುನ್ನವೇ ಸಾವಿರಾರು ಪ್ರತಿಗಳು ಮುಂಗಡ ಕಾಯ್ದಿರಿಸುವಿಕೆ ಇರುತ್ತಿತ್ತು. ಇದೀಗ ಅದು ಬದಲಾಗಿದೆ.

ಒಂದೇ ಸಲಕ್ಕೆ ಒಬ್ಬರೇ ಲೇಖಕರ ಒಂದಕ್ಕಿಂತ ಹೆಚ್ಚು ಪುಸ್ತಕಗಳು ಏಕಕಾಲಕ್ಕೆ ಬಿಡುಗಡೆ ಆಗುತ್ತಿರುವುದನ್ನು ಕಾಣುತ್ತಿದ್ದೇವೆ. ಅದು ಲೇಖಕನ ಶಕ್ತಿಯೂ ಆಗಿರಬಹುದು. ಆದರೆ, ಓದುಗರು ಅಷ್ಟೇ ವೇಗದಲ್ಲಿ ಪುಸ್ತಕವನ್ನು ಕೊಳ್ಳುವ ಮತ್ತು ಓದುವ ಆಸಕ್ತಿಯನ್ನು ಹೊಂದಿರಲಾರರು. ಅಂತಹ ಓದುಗರು ಇದ್ದರೂ ಅದು ಬೆರಳಣಿಕೆಯಷ್ಟು ಮಾತ್ರ ಇರಬಹುದು. ಈ ರೀತಿ ಪುಸ್ತಕಗಳು ದಂಡಿ ದಂಡಿಯಾಗಿ ಬಂದಾಗ ಓದುಗರು ಕೂಡ ಏಕಕಾಲಕ್ಕೆ ಆಸಕ್ತಿಯನ್ನೇ ಕಳೆದುಕೊಂಡು ಬಿಡುವ ಅಪಾಯ ಹೆಚ್ಚು. 'ಅವರು ಪುಸ್ತಕ ಬರೀತಾನೇ ಇರ್ತಾರೆ. ತಗೊಂಡ್ರಾಯ್ತು ಬಿಡು' ಎಂದು ಆಡಿದ ಮಾತನ್ನು ನಾನೇ ಅನೇಕರಿಂದ ಕೇಳಿದ್ದೇನೆ. ಈ ಅಪಾಯವನ್ನೂ ನಾವು ದಾಟಿಕೊಳ್ಳಬೇಕಿದೆ. ಓದುಗರನ್ನು ಉಳಿಸಿಕೊಳ್ಳುವ ಜರೂರತ್ತು ನಮ್ಮುಂದಿದೆ.

ಓದುಗರನ್ನು ಉಳಿಸಿಕೊಂಡು, ಬೆಳೆಸುವುದಕ್ಕಾಗಿಯೇ ವೀರಲೋಕವು ತನ್ನ ಎರಡನೇ ವರ್ಷದಲ್ಲಿ ಕೆಲವು ಯೋಜನೆಗಳನ್ನು ಹಮ್ಮಿಕೊಂಡಿದೆ. ಸಾಂಪ್ರದಾಯಿಕ ಶೈಲಿಯ ಪುಸ್ತಕ ಬಿಡುಗಡೆ ಕಾರ್ಯಕ್ರಮಗಳನ್ನು ನವೆಂಬರ್ ನಂತರ ನಿಲ್ಲಿಸುತ್ತಿದ್ದೇವೆ. ಆ ಕೆಲಸವನ್ನು ಶಾಲಾ, ಕಾಲೇಜುಗಳಲ್ಲಿ, ಬೃಹತ್ ಕಾರ್ಪೋರೇಟ್ ಸಂಸ್ಥೆಗಳಲ್ಲಿ ಹಮ್ಮಿಕೊಳ್ಳಲು ಯೋಚಿಸುತ್ತಿದ್ದೇವೆ. ಹೂಗುಚ್ಛದ ಬದಲು 'ಪುಸ್ತಕಗುಚ್ಛ' ನೀಡುವ ಕುರಿತಾಗಿ ಒಂದೂವರೆ ವರ್ಷದಿಂದ ನಡೆಸಿದ ಅಧ್ಯಯನ, ಪ್ರಯತ್ನ ಮತ್ತು ಶ್ರಮ ಈಗ ಫಲ ಕೊಟ್ಟಿದೆ. ಪುಸ್ತಕಗುಚ್ಛದ ಪೇಟೆಂಟಿಗೂ ಅಪ್ಲೈ ಮಾಡಿದ್ದೇವೆ. ಕನ್ನಡ ಪುಸ್ತಕಲೋಕದಲ್ಲಿ ಅದೊಂದು ಮಹತ್ತರ ಹೆಜ್ಜೆಯಾಗಲಿದೆ. ಜೊತೆಗೆ ಮುಂದಿನ ವರ್ಷದಿಂದ ಕನ್ನಡದ ಮಹತ್ತರ ಪುಸ್ತಕಗಳನ್ನು ಇಂಗ್ಲಿಷಿಗೆ ಅನುವಾದಿಸುವ, ಇ–ಬುಕ್‌ಗಳನ್ನಾಗಿಸುವ, ಆಡಿಯೋ ಬುಕ್‌ಗಳನ್ನಾಗಿಸುವ ಪ್ರಯತ್ನ ಸದ್ದಿಲ್ಲದೆ ಜಾರಿಯಲ್ಲಿದೆ. ಈ ಎಲ್ಲಕ್ಕಿಂತ ಮುಖ್ಯವಾಗಿ ವೀರಲೋಕ ವೆಬ್‌ಸೈಟ್‌ನಲ್ಲಿ ಲಕ್ಷಕ್ಕೂ ಹೆಚ್ಚು ಕನ್ನಡದ ಪುಸ್ತಕಗಳು ಒಂದೇ ಕಡೆ ಲಭ್ಯವಿರುವಂತೆ ಮಾಡುವ ಪ್ರಯತ್ನ ಕಳೆದ ಆರು ತಿಂಗಳಿದ ಅತ್ಯಂತ ತ್ವರಿತಗತಿಯಲ್ಲಿ ಈಡೇರುತ್ತಿದೆ. ಇದಿಷ್ಟು ವೀರಲೋಕ ಅಪ್‌ಡೇಟ್ಸ್.

ಈ ಸಂಗತಿಗಳ ನಡುವೆಯೇ ದಾವಣಗೆರೆಯ ಪಾಪುಗುರು ಅವರ 'ಮಣ್ಣೇ ಮೊದಲು...' ಕವನ ಸಂಕಲನವನ್ನು ಓದುಗರ ಕೈಗಿಡಲು ವೀರಲೋಕ ಹರ್ಷಿಸುತ್ತದೆ. ವೃತ್ತಿಯಲ್ಲಿ ಬಡಗಿಯಾಗಿರುವ ಪಾಪುಗುರು ಅವರ ಮರಕುಸುರಿ ಮಾತ್ರವಲ್ಲ ಕಾವ್ಯಕುಸುರಿಯೂ ಪರಿಣಾಮಕಾರಿಯಾಗಿದೆ. ನಾಡಿನ ಹೆಸರಾಂತ ಪತ್ರಿಕೆಗಳಲ್ಲಿ ಇವರ ಬರಹಗಳು ಪ್ರಕಟಗೊಂಡಿವೆ. ಹಲವು ಪ್ರಶಸ್ತಿಗಳಿಗೆ ಇವರ ಕವನಗಳು ಭಾಜನವಾಗಿವೆ. ಸಂಘಟಕರಾಗಿಯೂ ಅವರು ಯಶಸ್ವಿಯಾಗಿದ್ದಾರೆ. ಅವರ ಈ 'ಮಣ್ಣೇ ಮೊದಲು...' ಸಂಕಲನದ ಕವನಗಳು ನೈಜತೆಗೆ ಹತ್ತಿರವಾಗಿ, ಇದುವರೆಗಿನ ನಿರೂಪಣಾ ಶೈಲಿಗೆ ಭಿನ್ನವಾಗಿ ರಚನೆಯಾಗಿವೆ.

ಈ ಕೃತಿ ಹೊರಬರಲು ಸಾಕಷ್ಟು ಜನಗಳ ಶ್ರಮವಿದೆ. ಮುಖಪುಟ ಕಲಾವಿದರು, ಒಳಪುಟ ವಿನ್ಯಾಸಕರು, ನಮ್ಮ ಮುದ್ರಕರಾದ ರೀಗಲ್ ವೆಂಕಟೇಶ್ ಅವರು ಮತ್ತು ನನ್ನ ಸಹೋದ್ಯೋಗಿಗಳಾದ ಆನಂದ್ ರಾಚ್, ಅನಂತ ಕುಣಿಗಲ್, ರಾಜುವಿಷ್ಣು, ವಿಶ್ವಜಿತ್ ಹೆಗಡೆ, ವಿಷ್ಣು ಗೋವಿಂದ್, ಮಮತಾ, ಪಾರ್ವತಿ, ರಾಘವ್ ಎಲ್ಲರಿಗೂ ಧನ್ಯವಾದಗಳು.

ಓದಿನ ನಶೆ ನಿಮಗೇರಲಿ...

ನಿಮ್ಮ

–ವೀರಕಪುತ್ರ ಶ್ರೀನಿವಾಸ

ಪರಿವಿಡಿ

1

ಲಿಂಗ ರಾಜಕಾರಣ

ನನ್ನಪ್ಪ ಜಗತ್ತು ಜಾಲಾಡಿದ್ದ
ಮದುವೆಯ ಹೆಣ್ಣಿಗಾಗಿ
ಅದ್ಧೇಗೆ ಸಿಕ್ಕಿದ್ದಳು ನನ್ನವ್ವ
ಅಪ್ಪನ ವಂಶಕ್ಕೆ ಗಂಡು ಬೇಕಿತಂತೆ
ಅವ್ವನಿಗೆ ಹೆರಿಗೆಯ ಮೇಲೆ ಹೆರಿಗೆ
ಯೋನಿಯ ಶಾಪವಿರಬೇಕು ಗಂಡಾಗಲಿಲ್ಲ

ಆಗ ರೇಷನ್ ಕಾರ್ಡಿರಲಿಲ್ಲ
ಆಧಾರಗೆ ಹೆಬ್ಬೆಟ್ಟು ಕತ್ತರಿಸಿ ಕಟ್ಟಬೇಕಿರಲಿಲ್ಲ
ಮೊಬೈಲಿನ OTP ಬಚ್ಚಿಡಬೇಕಿರಲಿಲ್ಲ
ಬರೀ ಅನ್ನವಿಲ್ಲದ ಬಿಚ್ಚಿಟ್ಟ ಬಡತನ
ಕಂಡವರ ಮನೆಯ ಸಾಂಬರಿಗೆ ನಾಗಾಲೋಟ

ನುಚ್ಚಕ್ಕಿ ಅನ್ನ ತಿನ್ನುವಾಗ ಕಟಕಟ ಕಲ್ಲು
ಶಾಲೆಯಲ್ಲಿ ಬಿಸಿಯೂಟವಿಲ್ಲ
ಅರಗದ ಗೋಧಿ ನುಚ್ಚಿನ ಉಪ್ಪಿಟ್ಟು
ಸರ್ಕಾರದ ನೀಲಿ ಲಂಗಕ್ಕೆ ವರ್ಷದ ಸಂಭ್ರಮ
ಮನೆಯಲ್ಲಿ ಅಪ್ಪನ ಚಟ
ದಿನ ವಟವಟ
ಅವ್ವ ಪುನಃ ಬಸುರಿ ಗಂಡಿಗಾಗಿ

ಎಣ್ಣೆಯಿಲ್ಲದ ತಲೆಯೊಳಗೆ
ಪುಳು ಪುಳು ಹೇನು

ಐನೂರೊಂದರ ಬಟ್ಟೆ ಸೋಪಿಗೂ ಬರ
ಮಳೆ ಬಂದರೆ ಮನೆಯಲ್ಲ ಹಸಿಹಸಿ
ಅವ್ವನ ತೂತು ಬಿದ್ದ ಲಂಗಕ್ಕೆ ಲಾಡಿ ಪೋಣಿಸುವಾಗ
ದೀಪದ ಬೆಂಕಿಗೆ ತಲೆಗೂದಲು ಸುಟ್ಟ
ವಾಸನೆ ಅದೊಂತರ ರುಚಿ
ಅದಗಾಲೇ ಅವ್ವ ತುಂಬು ಗರ್ಭಿಣಿ

ಶನಿವಾರ ಅವ್ವನ ಹೆರಿಗೆ
ಶನಿದೇವರಿಗೂ ಬೇಸರವಾಗಿ
ಗರ್ಭದ ಕೂಸಿಗೆ ಉಸಿರುಗಟ್ಟಿಸಿ
ನನಗ್ಹೇಳದೆ ಅವ್ವನ ಕರೆದುಕೊಂಡು ಹೋದ
ಅಪ್ಪ ಇನ್ನಿಲ್ಲದಂತೆ ಬಿಕ್ಕಿ ಬಿಕ್ಕಿ ಅಳುತ್ತಿದ್ದ
ಸತ್ತಿದ್ದ ಗಂಡು ಮಗುವಿಗಾಗಿ

ನಾನು ಅತ್ತಿದ್ದು ನನ್ನವ್ವನಿಗಾಗಿ
ನನ್ನವ್ವನಿಗಾಗಿ
ಅವ್ವ
ನಾನು ಹೆಣ್ಣು
ಈ ಜಗತ್ತಿನಲ್ಲಿ ಯಾರಿಗೂ ಬಸಿರಾಗಲಾರೆ
ಮತ್ತಾರಿಗೂ ಉಸಿರಾಗಲಾರೆ

ಅವ್ವ
ತೆರೆದ ಬಾವಿಗಳಿಲ್ಲ
ಆದರೆ ಹರಿದ ಸೀರೆಗಳಿವೆ
ತೊಲೆ ರೆಂಬೆ ಕೊಂಬೆಗಳಿವೆ
ಅವುಗಳಾದರೆ ಭಯವಿಲ್ಲ
ಯಾಕೆಂದರೆ ಅವು ಪುಲ್ಲಿಂಗಿಗಳಲ್ಲ...

2

ಬಾರದ ಉಸಿರು

ಅಪ್ಪನ ಅಸ್ತಿಯ ಬಿಟ್ಟ ನೀರಲ್ಲಿ
ಶಾಂತವಾಗಿ ನೋಡುತ್ತೇನೆ
ಬಹುಷಃ ಅದು ಅಪ್ಪನ ತಲೆಚಿಪ್ಪು
ವಜ್ರದಂತೆ ಹೊಳೆಯುತ್ತಿತ್ತು

ಸಾಕಷ್ಟು ಅಸ್ತಿಗಳು ತುಂಗೆಯ ತಟದಿಂದ
ಭದ್ರೆಯ ಒಡಲಲ್ಲಿ ತೇಲಿ ತಂಗಿವೆ
ಯಾವುದನ್ನು ಆರಿಸಿಕೊಳ್ಳಲಿ
ಗಂಗಾ ಪುತ್ರ ಭೀಷ್ಮನನ್ನು ಸಾಕ್ಷಿಗೆ
ನಿಲ್ಲಿಸೋಣವೆಂದರೆ
ಗಂಗೆ ಒಪ್ಪುವುದಿಲ್ಲ

ಉಸಿರೇ ಬಲು ಭಾರ
ಬೇಕಿದ್ದರೆ ನೀರಿಗೆ ಬಿದ್ದು ನೋಡಿ
ತಳ ಸೇರಿಕೊಳ್ಳುತ್ತದೆ
ಉಸಿರು ನಿಂತ ಮೇಲೆ ದೇಹವೇ ತೇಲುತ್ತದೆ
ತರ್ಪಣದಂತೆ

ಅಪ್ಪನ ಉಸಿರಿಗೆ ವಿಮೆ ಇರಲಿಲ್ಲ
ಸಾಲು ಸಾಲು ಸಾಲದ ಕಂತುಗಳು
ಮುಂಬಾಗಿಲಿಗೆ ತೋರಣದಂತೆ ನೇತಾಡುತ್ತಿದ್ದವು
ಯಾಕೆಂದರೆ
ನನ್ನ ಹಸೆಮಣೆಗಾಗಿ ಪರತಪಿಸುತ್ತಿದ್ದ
ಏರುತ್ತಿದ್ದ ದಕ್ಷಿಣೆಗಾಗಿ ಕುಸಿಯುತ್ತಿದ್ದ
ಸಾಲ ಸಿಕ್ಕಾಗ ಒಮ್ಮೊಮ್ಮೆ ಪುಟಿದು ನಿಲ್ಲುತ್ತಿದ್ದ

ಸಾರಿಗೆ ಬೇಳೆ ಕಡಿಮೆ ಹಾಕೆಂದು ಅಮ್ಮನಿಗೆ ಚೀರುತ್ತಿದ್ದ
ಇನ್ನೊಮ್ಮೆ ಶುಗರ್ ಹೆಚ್ಚಾಗಿ ಪೆಚ್ಚಾಗುತ್ತಿದ್ದ

ಶಮಂತಕಮಣಿಯಂತೆ ವರ ಹುಡುಕಿ
ಅಬ್ಬಾ...!
ಮಗಳಿಗೊಂದು ಮಾಂಗಲ್ಯ
ಉಡಿಗೊಂದು ಮೊಮ್ಮಗನೆಂದು ಉಕ್ಕಿ ಉಕ್ಕಿ ನಗುತ್ತಿದ್ದ
ತಿಂದು ತಿರುಗುತ್ತಿದ್ದ ಮಗ
ಇನ್ನೂ ಮದುವೆಯಾಗದ ತಂಗಿ
ಒಂದೇ ತಾಳಿಯಲ್ಲಿ ಓಡಾತ್ತಿದ್ದ ಅಮ್ಮ
ಇವರೆಲ್ಲರ ನಿಟ್ಟುಸಿರಿಗೆ ನನ್ನುಸಿರು ಫ್ಯಾನನ್ನು ಬಯಸುತ್ತಿತ್ತು
ನನ್ನುಸಿರು ಬಲು ಭಾರ
ಅದು ನಿಂತರೆ ಅಪ್ಪ ತಲೆ ಎತ್ತುವುದಾದರೂ ಹೇಗೆ
ತಲೆತಗ್ಗಿಸಿ ತಾಳಿಗೆ ಕೊರಳ್ಕೊಡಲೊಪ್ಪಿದೆ

ಮನೆ ಮುಂದೆ ಚಪ್ಪರ
ಎಲ್ಲೆಲ್ಲೂ ಬಳೆಗಳ ಸದ್ದು
ಅರಿಸಿಣದ ಹಸಿ ವಾಸನೆ ನಡುವೆ
ಸುರಗಿಯ ನೀರ ಸಾಕ್ಷಿಯಲ್ಲಿ ಪತಿಗೆ ಸತಿಯಾದೆ
ಅಪ್ಪನ ಖುಷಿಗೆ ಮುಗಿಲು ಸಿಕ್ಕಿರಬೇಕು
ಬದುಕಲ್ಲಿ ಪದೇ ಪದೆ ಏದುಸಿರು ಬಿಡುತ್ತಿದ್ದ ಅಪ್ಪ

ಅಂದು
ಎದೆಗೆ ಎಷ್ಟು ಗುದ್ದಿದರೂ ಉಸಿರೇ ಬಿಡಲಿಲ್ಲ
ಇನ್ನೆಲ್ಲಿ ಅಪ್ಪ
ನನ್ನ ತಾಳಿಗೆ ಬದಲಾಗಿ
ಅಮ್ಮನ ಕುಂಕುಮ ಬಲಿಯಾಯ್ತು

ಆ ಹೊತ್ತಿಗೆ ನದಿಯೊಳಗಿದ್ದ ಮೀನು
ಪುಟಕ್ಕನೇ ಹಾರಿ ಬಲಪಾದ ಸ್ಪರ್ಶಿಸಿದಾಗ
ನನ್ನುಸಿರು ಜೋರಾಗಿ ಬಿಕ್ಕುತ್ತಿತ್ತು
ಕಣ್ಣೀರು ಭಾರವಲ್ಲವೆಸುತ್ತದೆ
ತುಂಗಭದ್ರೆಯೊಳಗೆ ಸೇರಿಹೊಯ್ತು

3

ಮಾನ್ಯ

ನನ್ನ ಬದುಕು ತೀರಾ ಸಾಮಾನ್ಯ
ಒಂದು ನಾರುಮಡಿಯಂತೆ
ಬಣ್ಣದ ಹಾಸುಹೊಕ್ಕುಗಳ ಮೆರುಗಿನಿಂದ
ಕಣ್ಮನ ಸೆಳೆಯುವ ರಾಜರೂಪವಿಲ್ಲ

ನನ್ನ ಅಂತರಂಗ ಇಡಿಯಾಗಿ ತುಂಬಿದೆ
ಮೋಡ ತುಂಬಿದ ಆಷಾಡದ ಆಕಾಶದಂತೆ
ನನಗಾದ ಗಾಯವನ್ನು ತೆರೆದು ತೋರಿಸಿದರೆ
ದುಃಖ ಒಂದಿಷ್ಟು ಕಡಿಮೆಯಾಗುತ್ತದೆ

ಆತ್ಮೀಯತೆಯ ಅಶ್ರುಗಳು ದುರ್ಭಾಗ್ಯನ
ದುಃಖಾಗ್ನಿಯನ್ನು ಆರಿಸಬಲ್ಲವು

ಯಾರಿಗೆ ಗೊತ್ತಿಲ್ಲ

ಗುರು ಪತ್ನಿಯನ್ನು ಮೋಹಿಸಿದ್ದಕ್ಕಾಗಿ
ಕಲಂಕ ಹೊಂದಿದ ಚಂದ್ರ
ಅಹಲ್ಯೆಯ ಚೆಲುವಿಗೆ ಸೋತ
ಇಂದ್ರನಿಗೆ ಸಹಸ್ರ ಶಿಶ್ನಗಳ ಪ್ರಸಾದ

ಬದುಕಿನ ಕೊನೆಯಲ್ಲಿ ಕಾಣಿಸಿದ್ದು ಒಂದಿಷ್ಟು ಬುದ್ಧಿ
ತಾನೇ ಪೆಟ್ಟು ತಿನ್ನುವುದರ ಮೂಲಕ

ಪುಷ್ಪಗಳು ಮೂರ್ತಿಯನ್ನೇರಿ
ಇಲ್ಲ ಚೆಲುವೆಯ ಕೇಶರೂಪದಲ್ಲಿ ನಕ್ಕರೂ
ಹುಚ್ಚನ ಕೈಯಲ್ಲಿ ಹಿಸುಕಿಕೊಳ್ಳುತ್ತವೆ

ಹೂ ತನ್ನ ಕಥೆಯನ್ನು ಹೇಳಿಕೊಳ್ಳುವುದಿಲ್ಲ
ಮನುಷ್ಯನೊಬ್ಬನೇ ತನ್ನ ಬದುಕಿಗೆ
ವೈಭವ ಶಿಖರವನ್ನು ಹತ್ತುತ್ತಲೇ ಬೀಳುತ್ತಾನೆ
ಮದ್ಯ ಕುಡಿದ ಜೇಡದಂತೆ

4

ಬೆತ್ತಲೆ

ಗೊಮ್ಮಟನ ಬೆತ್ತಲೆ
ಅಕ್ಕಮ್ಮನ ಬೆತ್ತಲೆ
ಅತ್ತಿತ್ತ ಅಲುಗಾಡಲೇ ಇಲ್ಲ
ಅಲ್ಲಿ ನೀಳ ದೇಹ
ಇಲ್ಲಿ ನೀಳ ರೋಮಗಳು ನಳನಳಿಸಲಿಲ್ಲ
ಅದ ಕಂಡುಕೊಂಡ ನಾ
ನಾನೆಂಬುದ ನದಿಗೆ ಹಾಕಿ
ನಿಮ್ಮಂತವರು ಎಲ್ಲಿ? ನಮ್ಮಂತವರೇ ಇಲ್ಲಿ
ಬರುವೆ ತಾಳೆಂದರು
ನೀವೆಲ್ಲಿ.? ನಾವೆಲ್ಲಿ...?

ಮತ್ತದೇ ಮನದೊಳಗೆ ಬೆತ್ತಲೆಯ ಪ್ರಶ್ನೆ
ಕಣ್ಣ ಬೆತ್ತಲೆಗೆ ರೆಪ್ಪೆಯ ಬಟ್ಟೆ
ಬಟ್ಟೆಯ ಬೆತ್ತಲೆಗೆ ಮೈಯೆಲ್ಲಾ ಕಣ್ಣು
ನಾಲಿಗೆಯ ಬೆತ್ತಲೆಗೆ ತುಟಿಯ ಬಟ್ಟೆ
ತುಟಿಯ ಬೆತ್ತಲೆಗೆ ನಾಲಿಗೆಗೆಗಳ ಜೊಲ್ಲು
ಜೊಲ್ಲಿನ ಬೆತ್ತಲೆಗೆ ಕಿವಿಗಳಿಗೆ ತೂತು ಓಲೆ

ನನ್ನ ಮತ್ತು ಅವಳ ಬೆತ್ತಲೆಗೆ ಮಕ್ಕಳೆರಡು
ಆದರೆ ಹೊಕ್ಕುಳ ಬಳ್ಳಿ ಬೇರೆ ಬೇರೆ
ಇಲ್ಲಿ ದೇಹಗಳು ಬೆತ್ತಲೆ

ಅವರವರ ಭಾವಗಳು ಇನ್ನೂ ಕತ್ತಲೆಯಲ್ಲೇ ಬಿದ್ದಿವೆ
ನಾನು ಹುಡುಕಿದರೆ ಸಿಕ್ಕಿದ್ದು
ಆ ಮಕ್ಕಳು ಬರೆದ ಅ ಆ ಇ ಈ ಸ್ಲೇಟು

ಬೆತ್ತಲೆಯ ಬತ್ತಳಿಕೆ ಬರಿದಾಗುವುದಿಲ್ಲ
ಬರದ ಬೆತ್ತಲೆ ಬಯಲೊಳಗೆ ಬಿಚ್ಚಿದರೇ
ಹಗಲೇ ಕೊಚ್ಚಿ ಕಡಿದವರು...
ರಾತ್ರಿ ಮುಚ್ಚಿ ಉಣ್ಣುವರು...
ಕಾಣುವ ಕಣ್ಣುಗಳಿಗೆ ಎಣ್ಣೆಬಿಟ್ಟುಕೊಂಡು

ಅದೇ ಬೆತ್ತಲೆ ಮುಂಜಾನೆ ಹಳಸಿದನ್ನ
ಆದರೂ ನರನಾಯಿಗಳು ಕಾದು ಕುಂತಿವೆ
ಭಿಕ್ಷುಕರಂತೆ ಕುಂತಲ್ಲೇ ಕುಂಡಿ ತಿಕ್ಕಿಕೊಂಡು
ಮೊಂಡು ಬಾಲವ ಬೆತ್ತಲೆ ಮಾಡಿಕೊಂಡು

ಬುದ್ಧಿ ಜೀವಿಗಳ ಬೆತ್ತಲೆಗೆ
ರಾಮನೂ ಮಾಂಸ ತಿಂದ
ಕೃಷ್ಣನೂ ಲಲ್ಲೇ ಹೊಡೆದ
ಕೊನೆ ಪಕ್ಷ ಬುದ್ಧಿಜೀವಿಗಳು
ಹಂಸ ಹೃದಯಿ ರಾಮಕೃಷ್ಣ ಪರಮಹಂಸರನ್ನು
ಓದಿಕೊಳ್ಳಬೇಕಿತ್ತು
ಅವರ ಮನದ ಕತ್ತಲೆ ಕಳೆಯಲು
ಟಿವಿಗಳಲ್ಲಿ ಕ್ಷಣಕ್ಕೊಮ್ಮೆ ಸುವಾರ್ತೆ ಕೇಳಲು

ಹಸಿವಿನ ಬೆತ್ತಲೆ ಓಡುತಿದೆ
ಚಂದ್ರನ ಚಂದ ಕಂಡು
ದಾಹದ ಬೆತ್ತಲೆ ಬೆನ್ನತ್ತಿದೆ
ರವಿಗೆ ನಾಚಿಕೊಂಡು
ಜಾತಿಗಳಿಗೆ ಅಂಜಿಕೊಂಡು
ದರದರನೇ ಬಿರಬಿರನೇ
ಮತಗಳು ಮತ್ತೆ ಬೆತ್ತಲಾಗುತ್ತವೆ

ಅಂದಿನಿಂದ ಇಂದಿನವರೆಗೂ
ಈ ಬೆತ್ತಲೆಯ
ಅರಿವೆಗೆ ಸತ್ಯವಂತರು ಬೇಕಿದೆ
ಸಮಕ್ಷಮದ ಸಾಕ್ಷಿಗೆ
ಅಂತರಾತ್ಮದ ಆತ್ಮದ ಬೆಳಕಿಗೆ

5

ವಾಸ್ತವ

ಕಲ್ಲಿನ ಕೋಣಗೆಯ ಮೇಲೆ
ಅವ್ವ ಬಡಿಯುತ್ತಿದ್ದ ರೊಟ್ಟಿಯ ಸದ್ದಿಗೆ
ಒಲೆಯ ಬೆಂಕಿ ಅದುರುತ್ತಿತ್ತು
ಹೊಗೆಯ ತಾಪಕ್ಕೆ ಬಿದ್ದ
ಅವಳ ಕಣ್ಣೀರಿನ ಹನಿ
ಬಳೆಯ ಸದ್ದಿನೊಂದಿಗೆ ಲೀನ
ಆಗ
ಜೋಳದ ಹಿಟ್ಟು ಮೈಮರೆತು
ಹದವಾಗಿ ಸುಟ್ಟು ರೊಟ್ಟಿಯಾಗುತ್ತಿತ್ತು.

ಎದುರಿಗೆ ಕೂತಿದ್ದ ಶೇಂಗಾ ಚಟ್ನಿ...ಮೊಸರು
ತೆನೆ ಹೊತ್ತ ಮಹಿಳೆಯ ವಿಲೀನಕ್ಕಾಗಿ ಕಾಯುತ್ತಿತ್ತು.
ರೊಟ್ಟಿಯ ಬುಟ್ಟಿ ಬೋರಲು ಬಿದ್ದು
ಹಸ್ತದಂತೆ ಸುಮ್ಮನಿತ್ತು.
ಇವೆರಡನ್ನು ನೋಡಿದ ಕೆಂಡ
ಕಮಲದಂತೆ ನಿಗಿನಿಗಿ ಉರಿಯುತ್ತಿತ್ತು

ಅವ್ವನೆದುರಿಗೆ ಕುಳಿತಿದ್ದ
ನನ್ನ ತಟ್ಟೆಯಲ್ಲಿ ರೊಟ್ಟಿ ಬಿದ್ದಾಗ
ಹಸಿಮೆಣಸಿನಕಾಯಿ ಚಟ್ನಿ
ಜಾತಿ ಮೀಸಲಾತಿಗಾಗಿ ಹೋರಾಡಲು
ಜಿವ್ಹೆಯ ಮೇಲೆ ಜಾತಿ ನೋಡುತ್ತಿತ್ತು.

ಪಾಪ
ಕರೋನಾ ಭಯವಿಲ್ಲದ ನಾಸಿಕ
ನಯವಾಗಿ ಸೋರುತ್ತಿತ್ತು.

ರೊಟ್ಟಿಯ ತುಂಡುಗಳು
ಉದರಕ್ಕಿಳಿಯುತ್ತಿದ್ದಂತೆ
ಅವ್ವನಿಗೊಂದು ಅನಿಲದ ಸಂಪರ್ಕ
ಬೇಕೆನಿಸಿದರೂ ದಿನೇ ದಿನೆ ಏರುವ
ದರ ಬಿರಬಿರನೇ ಕೈ ತೊಳಸಿತ್ತು

ಮೂಗು ಮುಚ್ಚಿಸಿದ ಶಾಲೆಗಳು
ಮಕ್ಕಳನ್ನು ಮತಿಗೆಡಿಸಿ
ಅವ್ವನ
ಸಿಟ್ಟಿನ ಬೈಗುಳಕ್ಕೆ
ಪದೇ ಪದೆ ಬೇವರ್ಸಿಗಳಾಗುತ್ತಿದ್ದವು
ಅಪ್ಪ ಹದಿನೈದು ಲಕ್ಷದ
ಕನಸಿನಲ್ಲಿ ಮೋಟು ಬೀಡಿಯನ್ನು
ಗೋಡೆಗೆ ತಿಕ್ಕುತ್ತಲೇ ಭಾರತದ ನಕ್ಷೆ ಬರೆದಿದ್ದ

ಮೊನ್ನೆ ತಾನೇ ಜಿಎಸ್ಟಿ ಕಟ್ಟಿದ್ದ
ಹೊಸ ಚಪ್ಪಲಿಯನ್ನು ನಾಯಿಯ
ಬಾಯಲ್ಲಿ ಕಂಡು ಉದರವೆಲ್ಲ ಚೀನವಾಯ್ತು
ಅವ್ವ ಎಂದು ಕೂಗಿದೆ
ದೂರದಲ್ಲಿ ದೇವಾಸ್ಥಾನದ ಗಂಟೆಯ ಸದ್ದು
ನನ್ನನ್ನು ಸನ್ಮಾನಿಸಿವಂತೆ ಭಾಸವಾಗಿ
ನಕ್ಕೆ
ಜೋರಾಗಿ ನಕ್ಕು
ಉಳಿದ ಎಡಗಾಲ ಚಪ್ಪಲಿ ಬಿಸಾಕಿ
ಬರಿಗಾಲ ಫಕೀರನಾಗಿ
ಉತ್ತರ ದಿಕ್ಕಿನತ್ತ ನೋಡುತ್ತಾ ನಿಂತೆ

ಅಚ್ಛೇ ದಿನ್ ಆಗಯಾ
ಎನ್ನುತ್ತಲೇ ಮುಗಿಲು ನೋಡಿದೆ
ಇದ್ದಕ್ಕಿದ್ದಂತೆ ಮೋಡ ಕಪ್ಪಾಗಿ
ಚಳಿಗಾಲದಲ್ಲಿ ಮಳೆಬಂತು
ಕಣದಲ್ಲಿ ರಾಶಿ ಮಾಡಿದ್ದ
ತೆನೆಗಳ ಮುಚ್ಚಲು ಓಡಿದೆ
ಎಡಕ್ಕೋ ಬಲಕ್ಕೋ ತಿಳಿಯಲಿಲ್ಲ

6

ಹೀಗೂ...

ಲೆಗ್ಗಿಂಗ್ಸನ ಮಡಿಕೆಗಳನ್ನೂ ಎಣಿಸಿದವರು
ಕಾಲುಂಗರದ ಸುತ್ತು ನೋಡಲಿಲ್ಲ
ಕಾಲ್ಬೆರಳ ಬಣ್ಣದ ಗೆರೆಗಳಲ್ಲಿ
ನನ್ನವನ ಹೆಸರು ಮಸುಕಾಗಿತ್ತು

ಮೇಲೆ ಧರಿಸಿದ್ದ ಟಾಪಿನ ಬಣ್ಣ
ಗೂಳಿಗಳಿಗೆ ಕೂಗುತ್ತಿತ್ತು ಅವುಗಳು ಬಲೇ ಜೋರು
ಅವುಗಳು ಕೂಡ ತೊಂಡೆಹಣ್ಣಿನ ತಳಿ
ಅಲ್ಲೇ ನನ್ನವರ ಲೈಸನ್ಸ ನೇತಾಡುತ್ತಿತ್ತು
ಲೈಸೆನ್ಸಿನ ವ್ಯಾಲಿಟಿಡಿ ಇನ್ನೂ ಇದೆ
ಆಗೊಮ್ಮೆ ಇಗೊಮ್ಮೆ ಕೀಳುತ್ತಿರುತ್ತದೆ
ಸಮಯ ಸಿಕ್ಕಗಲೊಮ್ಮೆ ಪೋಣಿಸಿಕೋಳ್ಳುತ್ತೇನೆ

ನನ್ನ ವೇಲಿಗೂ ಸಹ ನಾಚಿಕೆ
ನನ್ನವನ ಮೂಗ ಒರೆಸಿದೆ
ಕೆಲವೊಮ್ಮೆ ಬೇಲಿಗೂ ಸಿಕ್ಕಿಕೊಂಡಿದೆ
ಬಿಡಿಸಿಕೊಂಡಿದ್ದೇನೆ ಹರಿಯದಂತೆ
ನನ್ನ ತುರುಬಿನ ಮಲ್ಲಿಗೆಯ ಸುವಾಸನೆ
ನನ್ನವನ ಕೆರಳಿಸಿದೆ
ಅಷ್ಟೇ ಸಲಿಸಾಗಿ ಹಾಸಿಗೆಯಲ್ಲಿ ಹಸಿಯಾಗಿದೆ
ಹಸಿಯಲ್ಲಿ ಅದೆಷ್ಟು ಬಿಸಿ ಚರ್ಚೆಗಳು
ಕೆಲವೊಮ್ಮೆ ನನ್ನ ಕೊರಳ ಮಚ್ಚೆ ಮುದುಡುತ್ತದೆ
ಮದವೇರಿದ ಮೀಸೆಗಳ ಕಂಡು

ಮೊದಲಿನ ನನ್ನವನು ಕನಸು
ಈಗಿನ ನನ್ನವರು ವಾಸ್ತವ
ಓಡಾಡುವಾಗಲೂ ನನ್ನನ್ನು ಕಣ್ಣಲ್ಲೇ ತಿನ್ನುವವರಿಗೆ
ನಾ ಅಹಲ್ಯೆ
ಅಲ್ಲಲ್ಲ ಪ್ರತಿ ಮೋಬೈಲಿನ ಮುಖ
ಎಲ್ಲರೊಳಗೂ ರಿಂಗಣಿಸುತ್ತೇನೆ ಆದರೆ
ನನ್ನವನಿಗೆ ಮಾತ್ರ ರೀಸಿವ್ ಆಗುತ್ತೇನೆ.

ಅವನ ಬ್ಯಾಲೆನ್ಸ ಶೀಟಿನ ನಾಮಿನಿ ನಾನು
ಲೈಪ್ ಇನ್ಸೂರೆನ್ಸನ ಕಂತು ನನಗಾಗಿ
ಅವನ ದಾಡಿಯ ಬಿಳಿಕೂದಲಿನಲ್ಲಿ ನನ್ನ ಹೆಸರಿಲ್ಲ
ಅವನೆದೆಯ ಸುರಳಿಯ ರೋಮಗಳಲ್ಲಿ ನನ್ನ ಉಸಿರಿದೆ
ನೋಡಿಕೊಂಡೆ ಹಿಗ್ಗುತ್ತೇನೆ
ಸಾಧ್ಯವಾದರೆ ಯುಗಾದಿಗೋ ದೀಪಾವಳಿಗೋ
ಇಲ್ಲವಾದಲ್ಲಿ ಅದೇ ಕಸಮುಸುರೆ.

7

ಕಕ್ಷಿದಾರ

ಕರಿಕೋಟಿನಲ್ಲಿ ಅವಿತ ಕೆಂಪು ಗೆರೆಗಳು
ಕವಲ ಹಾದಿಯಲಿ ಟಿಸಿಲೊಡೆದಿವೆ
ನ್ಯಾಯಕ್ಕೆ ಅಮರಿಕೊಂಡವರು
ಅನ್ಯಾಯದ ಸರಪಳಿಗೆ ಕೊಂಡಿಯಾದವರು
ಎಲ್ಲರೂ ಬೆಂಚಿನ ಮೇಲೆ

ಮೊಬೈಲ್ ಒತ್ತುವವರಿಗೆ
ತಲೆ ಕೂಡಿಸಿಕೊಂಡು ಮಾತಾಡುವವರಿಗೆ
ಸದ್ದಲೇ ಪರಾಕ್...
ಆದರೆ
ಅತ್ತಿಂದಿತ್ತ ಓಡಾಡುವ ಪೊಲೀಸರ
ಬೂಟಿನ ಸದ್ದಿಗೆ ಸ್ವಾತಂತ್ರ್ಯ...

ಸೊಟ್ಟಗಾಲಿನ ಸಣ್ಣನ
ಜೇಬಿನ ಮೂಲೆಯಲಿ ಅದೆಲ್ಲೋ
ಮೋಟು ಬೀಡಿಯ ತುಂಡು
ಕೆದರಿದ ಕೂದಲಿನ ಮೈಗಳ ಚಿಂಗು
ನಿಧಾನವಾಗಿರುವ ಗೋಡೆಯ ಗಡಿಯಾರ
ಕಾದ ಕಕ್ಷಿದಾರರ ತಿಕ್ಕಾಟಕ್ಕೆ
ಉದರದೊಳಗೆ ಬೇಯದ ಅನ್ನ ಕರಗಿದರೂ
ನ್ಯಾಯ ಕಟಕಟೆಯಲ್ಲಿ ಸುತ್ತಿಗೆಯಿಂದ ಬಡಿಸಿಕೊಳ್ಳುತ್ತಿದೆ
ಧೀಶನ ಪೆನ್ನಿಗೊಂದೆ ಕೆಲಸ

ಹಣಕ್ಕೆ ಮೈತುಂಬ ತಾರೀಖಿನ ಮೇಲೆ ತಾರೀಖು
ಮಧ್ಯಾಹ್ನದೊತ್ತಿಗೆ ಇಂಗು ತೆಂಗು

ಬಂದವರಿಗೆಲ್ಲಾ ಸುಂಕ
ಕರಿಖಾಕಿಯವರ ಪತ್ನಿಯರಿಗೆ ಫಳಾರ
ಸಿಟ್ಟಿನ ಸಮಕ್ಕೆ ಸನ್ಮಿತ್ರರನ್ನೇ
ಸೇರಿಸಿ ತೂಗುವ ತಕ್ಕಡಿಯಲ್ಲಿ
ಧನ ಭಾರವೇ ಹೆಚ್ಚು
ಋಣಕ್ಕೆ ಬೆಲೆಯಿಲ್ಲ
ಕಾರಣ
ಇಲ್ಲಿ ಉಪ್ಪಿಲ್ಲ...
ಉಪ್ಪಿನಕಾಯಿ ಕುಲದ ಕೊಂಡಿಗಳು ಮಾತ್ರ ಜೋತಾಡುತ್ತಿವೆ

ಪ್ರಾಯಶ್ಚಿತ್ತದ ಮೆಲಕು ಅವರಿಂದಿವರಿಗೆ
ಶಬರಿಯ ಮೀರಿಸುವ ಕಾಯುವಿಕೆ
ರಾಮ ಬಂದರೂ ಕಟಕಟೆಯಲ್ಲೇ
ಧರ್ಮಗಳಲ್ಲಿ ಒಂದೇ ನ್ಯಾಯವಂತೆ
ಭಗವದ್ಗೀತೆಯ ಮುಟ್ಟಬೇಕು

ಭೂಲೋಕ ಸ್ವಾಮಿ
ನೋಟಿನ ಗಾಂಧಿಗೆ ನಗು ಹೆಚ್ಚು
ಪಟದ ಗಾಂಧಿ ಗಾಂಧಾರಿಯಂತೆ
ತಕ್ಕಡಿ ಹಿಡಿದವಳಿಗೂ ಮುಳ್ಳು ಕಾಣುವುದಿಲ್ಲ
ತಕ್ಕಡಿಯ ಮುಳ್ಳು ಸಹ ಚುಚ್ಚುವುದಿಲ್ಲ
ನಾವೇ ಕಟ್ಟಿದ್ದೇವಲ್ಲ ಅವಳ ಕಣ್ಣ
ದೂಳು ಒರೆಸುವಾಗ ಬಿಚ್ಚುತ್ತೇವೆಲ್ಲಾ...!
ಮತ್ತೇ ಯುಗಾದಿಗೋ ದೀಪಾವಳಿಗೋ

8

ನಾನೇ...

ಎದೆಗೆ ತೂಕದ ಕಲ್ಲುಗಳನ್ನು ತೂಗುಹಾಕಿದವರು
ಇಣುಕಿ ನೋಡುತ್ತಿದ್ದರು ಗೂಡೊಳಗೆ
ಅಲ್ಲಿ ಬರೀ ಪುಕ್ಕಗಳೇ ಹಾರಾಡುತ್ತಿದ್ದವು
ನನ್ನವಳು ಹೆಕ್ಕಿ ಹೆಕ್ಕಿ ಜೋಡಿಸುತ್ತಿದ್ದಳು
ಪುಟ್ಟ ಗುಬ್ಬಿಯ ಹಾಗೆ...

ಬರೀ ನೋವುಗಳ ಲೆಕ್ಕಕ್ಕೆ
ನನ್ನೊಬ್ಬನಿಗೇ ಮಾರಿಕೊಂಡಿದ್ದಳು
ನಾನು ಚುಕ್ತ ಮಾಡಿದ್ದೆ
ಭಾವಗಳ ಹೊಕ್ಕು ಮೊಟ್ಟೆಯಿಟ್ಟಿದ್ದೆ

ಕೆಲವರ ಕದಲಿಕಿಗೆ ಕೆಟ್ಟವು
ಕೆಲವು ಬಿದ್ದು ಒಡೆದವು
ಅದರ ವಾಸನೆಗೆ ಮೂಗುಮುಚ್ಚಿಕೊಂಡಿದ್ದು
ಬೇರೆಯಾರಲ್ಲ ಅದು ನಾನೇ...

ನಾನು ಅನೇಕ ಸಲ
ಅಮಲಿಗೆ ಬಿದ್ದಿದ್ದೇನೆ ಅತ್ತಿದ್ದೇನೆ
ಆದರೂ ಎದೆತೂತನು ಮುಚ್ಚಲಾಗಿಲ್ಲ

ನನ್ನವಳ ಸಾಂತ್ವನಕ್ಕೆ
ಸಾಲಗಳು ಸರಿದು ನಿಂತಿವೆ

ಸಂಬಳ ಸಾಕಾಗಿಲ್ಲ
ಹಬ್ಬಕ್ಕೆ ಹಪ್ಪಳವಿಲ್ಲ

ಕುರಿಕೋಣಗಳ ನಾನೇ ಕಡಿದಿರುವೆ
ತಿನ್ನಲು ಊರೂರಿಗೆ ಬಾಯಿದ್ದರೂ
ಬೈಸಿಕೊಂಡಿದ್ದು ನಾನೇ ಊರಹೊಲೆಯನೆಂದು...

9

ರೋಮಗಳು...

ಕರ್ಮಕಳೆಯಲು ಧರ್ಮ ಬೆಳೆಸಲು
ಕೂದಲುಗಳು ಬೇಕೋ ಬೇಡವೋ
ಅಂತೂ ನೆರೆಬಂದಿವೆ
ಯೌವ್ವನವಂತೂ ಇದ್ದೆ ಇದೆ
ನಮ್ಮವಳ ನೋಡಿ ನಗಲು

ಎದೆಯ ಮೇಲೆ ತಲೆಯಿಟ್ಟು ಮಲಗಿದವಳು
ಸೊಂಟದ ಉಡುದಾರವ ಅಲ್ಲಾಡಿಸಿದ ಕ್ಷಣಕ್ಕೆ
ಸಿಕ್ಕಿಕೊಂಡ ಕೂದಲು ಸಹ
ಇವಳೆದೆಯ ದಿಟ್ಟಿಸಿದೆ ಬಾಗಿಕೊಂಡೆ

ಅಂಗೈಗಳು ರೋಮಗಳಿಂದ ದೂರ
ಕಾರಣ ಚಪ್ಪಾಳೆ
ಅದು ಒಪ್ಪಿನ ಬೆಪ್ಪಿನ ತಮಟೆ
ಚಪ್ಪಾಳೆಯ ಸದ್ದಿಗೆ ಚಪ್ಪಲಿಗಳು ಹರಿದಿವೆ
ಅದೇ ಸದ್ದಿಗೆ ಬಟ್ಟೆಗಳೂ ಕಳಚಿವೆ
ಇರಬಹುದೇನೊ...?
ರೋಮಗಳು ತಮ್ಮನ್ನು ತಾವು ನೋಡಿ ನಗಲು

ರೋಮಗಳ ಮಧ್ಯೆ ನುಸುಳಿ
ಕಡಿದ ಸೊಳ್ಳೆಗೇನು ಗೊತ್ತು ರಕ್ತದ ಗುಂಪು
ಅದರ ಉದರಕ್ಕೇನು ಗೊತ್ತು ನೋವಿನ ಕೆಂಪು

ಈ ರೋಮಗಳು ರೋಮನ್ನರನ್ನೂ ಬಿಟ್ಟಿಲ್ಲ
ಅವು ಸುಖದ ಎಳೆಗಳು
ಸುಖವೆಂದರೆ ಹೀಗೆ ಸತ್ತ ಶವಕ್ಕೆ ಕಾವುಕೊಟ್ಟು ಎಬ್ಬಿಸಿದಂತೆ

ಕೂದಲುಗಳೇ ಲಿಂಗಗಳು
ರೋಮಗಳು ತ್ರಿಲಿಂಗಿಗಳಿಗೆ ಅಪಸ್ವರ
ಎದೆಯ ರೋಮಗಳನು ಸೊಂಟದ ರೋಮಗಳಿಗೆ
ಗಂಟುಹಾಕಿ ಸ್ವರ ನುಡಿಸುವ
ಇವಳೇ ಇರಬಹುದೇನೋ
ನನ್ನ ರೋಮಮಂಜರಿ.

10

ನಾ ಹೇಗೆ...

ಒಂದಿಬ್ಬರು ಹೊಗಳಿದರು
ತಾನೇ ಶ್ರೇಷ್ಠವೆಂದುಕೊಂಡ
ಒಂಟಿಯಾಗಿ ಕಾಯಕವಿಲ್ಲದೆ ಕಮರಿದ
ಕತ್ತಲೊಳಗೆ ಕಲ್ಪನೆಗಳ ಬಲೆ ಹೆಣೆದುಕೊಂಡ
ಆ ಅಂಟಿನ ಬಲೆಯ ಮುಟ್ಟಿ ಅಂಟಿಸಿಕೊಳ್ಳುತ್ತಿದ್ದ

ಆ ಅಂಟು ಬಲಗೈ ಹೆಬ್ಬೆರಳು ತೋರುಬೆರಳುಗಳ
ಮಧ್ಯೆ ಒತ್ತಿ, ಎತ್ತಿ ಇಣುಕಿದಾಗ
ಬಲೆಯ ಪೊರೆ ನಾ ಹೇಗೆ?
ಎಂದ ಭಾಸ ಅವನೊಳಗೆ

ಅದ ಸಹಿಸದೆ ಬಲವಾಗಿ ಬೆರಳುಗಳ ಅದುಮಿದ
ಅದರ ಒತ್ತಡಕ್ಕೆ ಅಂಟು ಬಿಗಿಹಿಡಿದು
ನಾ ಹೇಗೆ? ಮತ್ತೆ ದಿಗಿಲು

ಅದ ತಾಳದೆ ಬೆರಗಂಟಿದ ಅಂಟನು
ಮೋಟು ಗೋಡೆಗೆ ಬಲವಾಗಿ ತಿಕ್ಕಿದ
ಮೂಡಿದ ಅವನ ಬೆರಳ ಗುರುತುಗಳು
ನಾ ಹೇಗೆಂದು ನಕ್ಕು ಬಿಡೊದೆ...!

ವಿಚಲಿತಗೊಂಡು ಎದೆಗೆ ಬಲವಾಗಿ ಗುದ್ದಿಕೊಂಡ
ನೋವಾದ ಎದೆ ಅಂಗೈಗೆ ಶಾಪವಿಕ್ಕಿತು

ನಿನ್ನ ಗೆರೆಗಳು ಛಿದ್ರವಾಗಲಿ
ಛಿದ್ರಗೊಂಡವು ಗೆರೆಗಳು
ಜೋತಿಷಿಯ ಮುಂದೆ ಕೂತು ಬಿಕ್ಕಿ ಬಿಕ್ಕಿ ಅಳುತ್ತಿವೆ
ಈಗವನ ಪ್ರಶ್ನೆ ನಾ ಹೇಗೆ...?

11

ಮಣ್ಣೇ ಮೊದಲು

ಉಸಿರಿನಲೆಗಳು ಮಣ್ಣಿನ ಮೇಲೆ
ನಿರ್ಜೀವದ ಕಳೆಗಳು ಮಣ್ಣಿನೊಳಗೆ
ನಡುವೆ
ಅವಳೊಲವು ಬೆನ್ನಿಗೆ ಬಿದ್ದಿರಲಿಲ್ಲ
ಎದೆಗೆ ಅಚ್ಚೊತ್ತಿದ ಕುರುಹು
ಹೃದಯ ಎಡಕ್ಕೆ ಸರಿದಿರಬಹುದು
ಅದರ ಸದ್ದಿಗೂ ರಕ್ತ ಆಗಾಗ ನಾಚಿ ನೀರು

ನಾನು ಕುಡಿದಾಗಲೂ ಬೀಳುವುದಿಲ್ಲ
ಅವಳ ಮುಡಿದ ಘಮದ ಮಲ್ಲಿಗೆಗೆ ಅಮಲೇರುತ್ತೇನೆ
ಅವಳಪ್ಪನ ಗಿರಿಜಾ ಮೀಸೆಗೆ ನಾ ಕುದಿ ಸುಣ್ಣ...
ಛೇ... ಛೇ... ಇಲ್ಲ ಹಣ್ಣಾಗಿದ್ದೇನೆ
ಮತ್ತೊಂದು ದಿನ ಅವಳುಟ್ಟ ನೀಲಿ ಸೀರೆಗೆ
ಪೇರಲ ಕಾಯಿ ಆಗೋ ನಾನು
ಹೊರಳಿ ನಕ್ಕ ಸಣ್ಣ ನಗುವಿಗೆ ಪಪ್ಪಾಯಿ
ಎನ್ನುತ್ತಲೇ ನಲವತ್ತೈದರ ಮಧ್ಯ ತಟಸ್ಥ!

ಈಗೀಗ ಏಕತಾರಿ ನಾದ ಹಿತವೆನಿಸುತ್ತದೆ
ಶರೀಫಜ್ಜ ಮದುವೆಯಾಗಿ ಸಾಧಿಸಿದ್ದು ಅನಂತತೆ
ಒಮ್ಮೊಮ್ಮೆ ವಂಶೋದ್ಧಾರ ಬೇಕೆನಿಸುವಾಗ
ಹನುಮಾನ ಚಾಲಿಸ್ ಕಿವಿ ತುಂಬಾ ಅಣುರಣನ,

ಮಧ್ಯರಾತ್ರಿ ಮುಲುಗುವ ಮೈಗೆ
ಮತ್ತು ಸೊಂಟದಿಂದ ಕೆಳಕ್ಕೆ ಸದಾ ಒಂಟಿ!

ಮುಂಜಾನೆ ಮುಲ್ಲಾ ಕೂಗುವಾಗ
ಹೊದ್ದ ಚಾದರೂ ಕಾವು ಕೇಳುತ್ತದೆ
ಬೆಳಗ್ಗೆ ಪೇಪರ್ ಎಂದು ಕೂಗುವ ಸದ್ದಿಗೆ
ಬೆಲೆಯೇರಿಕೆಯ ಸುದ್ದಿ ನೆನಪಾಗಿ
ಲಿವಿಂಗ್ ಟುಗೆದರ್ ಹುಡುಕಬೇಕೆನಿಸುತ್ತದೆ
ಮುಂದೆ ಒಪ್ಪಿಕೊಳ್ಳದಿದ್ದರೆ ಪುನಃ ಒಂಟಿಯೆನಿಸುತ್ತದೆ

ಹೌದು ಬಂದು ಹೋಗುವಾಗಲೂ ಒಂಟಿ
ನಡುವೆ ಬಸವ, ಗಾಂಧಿ, ಅಂಬೇಡ್ಕರ್
ಮತ್ತೇ ಬುದ್ಧನೂ ಕೂಡ ಒಂಟಿಯಲ್ಲ
ನೀಲಾಂಬಿಕೆ, ಕಸ್ತೂರಬಾ, ಸವಿತಾ, ಯಶೋಧರೆ
ಸ್ತ್ರೀ ಕುಲದ ಬೆಳ್ಳಿ ಬೆಳಕಿನ ಕಳಸಗಳು;
ಕುಲ ಕುಲವೆನ್ನದಿರಲು ಕನಕನೇ ಬೇಕು

ಬೇಡವೇ ಬೇಡ...
ಬತ್ತಿದ ಬಳ್ಳಿಗೆ ನೀರೆರೆದರೆ
ಬಿಳಿ ಹೂ ಬಿಡುವುದೆ ಗುರುನಾಥ?
ಸಾರ ಬೇಕೆಂದರೆ ಸಂಸಾರ,
ಮರ ಮುಪ್ಪಾದರೂ ಹುಳಿ ಮುಪ್ಪೇ ಸೋಮನಾಥ
ಇಲ್ಲ ಎಲ್ಲವೂ ಸಪ್ಪೆ ರಾಮಾನಾಥ
ನಿರರ್ಥಕವಾದರೂ ಮಣ್ಣೇ ಮೊದಲು...
ಮಣ್ಣೇ ಮೂಲವೂ...ಅಷ್ಟೇ!

12

ಈಳಿಗೆ...

ಮುದುಡಿದ ಈಳಿಗೆ
ಕತ್ತರಿಸಿ ಮಲಗಿದ ಮಾತ್ರಕ್ಕೆ ಮೊಂಡಾಗಲಿಲ್ಲ
ಸೀಳಿಸಿಕೊಂಡ ಹಸಿ ರಸದ
ಸಮರಸವಿಲ್ಲದ ಕಾಯಿಗಳು ಒದ್ದಾಡಲಿಲ್ಲ
ಬದಲಿಗೆ ಬಿದ್ದುಬೆಂದು
ಉಪ್ಪಿನೊಳಗೆ ಸಪ್ಪೆಯಾಗಲಿಲ್ಲ
ತೃಪ್ತಿಪಡಿಸಿದ ಭಾವದೊಳಗೆ ಲೀನ...

ಉದರದ ಮೇಲೊಂದುದರ ರಂಧ್ರಕ್ಕೊಂದು ಗೂಟ...
ತಿರುಗಿಸುವ ಕೈಗಳ ಬಳೆಗಳ ಸದ್ದಿಗೆ
ಧಾನ್ಯಗಳು ತಲೆತಿರುಗಿ ಬಿದ್ದು
ಧರ್ಮದ ಪಾತ್ರೆ ತುಂಬಿದವು...
ಬಿಸಿಬಿಸಿಯಾಗಿ ತೊಡೆತಟ್ಟಿ ನಿಂತವು...

ಊರಾಡೋ ದಾಸಯ್ಯ
ಉಂಡು ತಿರುಗುವ ಬದಲು
ಉಪ್ಪಿನೊಳಗೆ ಹುಳಹುಡುಕಿ
ಮನ-ಮನೆಗಳಿಗೆ ಹಂಚಿದವ
ಜಾತ್ರೆಯಲಿ ಊರಮ್ಮನಿಗೆ
ಬಳೆತೊಡಿಸಿ ಸೀರೆಯುಡಿಸಿದವನ
ಸತಿಯ ಸೀಮಂತಕ್ಕೆ ಒಡೆಯನಾದ...

ಜನಿಸಿದವ ಜನಿವಾರವಿಲ್ಲದವನಾಗಿ
ಬಯಲ ಬಂಡೆ ದೇವರಿಗೆ
ಅರಿಮರಿಯ ಹೆಡೆಮುರಿದು
ರಕ್ತದೋಕುಳಿಯ ಮಡುವಲ್ಲಿ
ಮೀಸೆ ತಿರುವಿ ಮೆರವಣಿಗೆ ಹೊರಟರೂ
ಭವಬಂಧನದೊಳಗೆ ಬಂಧಿಯಾದ...

13

ರುಚಿಗೆಟ್ಟ ನಾಲಿಗೆ

ನಮ್ಮೂರಲ್ಲಿ
ಚಹಾ ಕುಡಿಯಬೇಕಿನಿಸಿದಾಗ
ಪದ್ದಣ್ಣ...ನಂದಿನಿ... ಇನ್ನಿಲ್ಲದಂತೆ ಕರೆಸಿಕೊಳ್ಳುತ್ತಾರೆ
ಎಲ್ಲರ ಸಿಗರೇಟಿನ ಹುಚ್ಚಾಟದ ಹೂಗೆಯಲ್ಲಿ ನಕ್ಕಿದ್ದಾರೆ
ಪಿಲ್ಟರ್ ಕಾಫಿಯ
ಮುಕುಂದರಾವ್ ಹೂಗಳ ಸುವಾಸನೆಯಲ್ಲಿ
ಪ್ರಬುದ್ಧ ಮನಸುಗಳ ಸೋಸಿಟ್ಟು ಹೋದರು.
ಈಗ ಯುವ ಮನಸುಗಳ ಕಟ್ಟೆ ಟೀ ಲೌಂಜ್

ಹೊಟ್ಟೆನಂಜಪ್ಪನ ಖಾರ,ಮೈಸೂರು ಪಾಕು
ಮೊನ್ನೆ ಸಪ್ಪೆಯಾಯ್ತು...
ತಳದಾರ ತೋಯಿಸಿದ ಮಂಡಕ್ಕಿ
ಗುಳಡಕೆ ಉಂಡಿ ಇನ್ನೂ ರುಚಿಗೆಟ್ಟಿಲ್ಲ

ಶಾಂತಪ್ಪನ ಕಾರದ ದೋಸೆ
ಗಣೇಶ ಭವನದ ಓಪನ್ದೋಸೆ
ಅವಲಕ್ಕಿ ಶೇವ್ ಮೆಣಸಿನಕಾಯಿ ಆಹಾಹ...
ಸಂಜೆಗೆ ಮೋಹನನ ಬಜ್ಜಿ
ಆಮ್ಲೇಟ್ಗೆ ಸುರೇಶಣ್ಣ
ಬೆಣ್ಣೆಪಡ್ಡಿನ ಪರಮಣ್ಣ ಆಗಾಗ
ಜನರ ನಾಲಿಗೆಯನ್ನು ಕೊಡವುತ್ತಿದ್ದವರು

ಭರಣಿಯ ಚಿಕನ್ ಮಸಾಲ
ಶಿವಕುಮಾರನ ರೊಟ್ಟಿ ಮುದ್ದೆ
ಶರಭೇಶ್ವರನ ಹೋಳಿಗೆ
ವಸಂತ, ರವಿ, ಕೊಟ್ಟೂರೇಶ್ವರನ ಬೆಣ್ಣೆದೋಸೆ
ಸಿಗಂಧೂರೇಶ್ವರಿಯ ಇಡ್ಲಿ ಸಾಂಬರ್ ದಿನವೆಲ್ಲ ಕಾಡಿ
ಮನಸಿನ ಜಿಹ್ವೆಯನ್ನು ಮುಳುಗಿಸಿಟ್ಟಿವೆ
ಅಬ್ಬಾ...ಸಾಕು
ಮನೆಯ ಸಹವಾಸ
ಮೋದಿ ಯಡ್ಡಿಗೆ ಹೇಗೆ ತಿಳಿದಿತು
ಅವರಿಬ್ಬರೂ ಮನೆಯಲ್ಲಿ ನಿರಾಳ
ಕಾರಣ ಹೇಳಬೇಕಿಲ್ಲ...

ಕರೋನಾ ಏನಿದು ಮಾಯೆ
ರುಚಿಯಿಲ್ಲದ ಗಾಯೆ

14

ಏಕಾಂಗಿ

ತಲೆ ತುಂಬ ಗಾಂಧಿ ಚಿಂತನೆಗಳು
ಆದರೆ ಈಗ ಮೋಡಿ ಕಾಲ
ಟಾರ್ ರಸ್ತೆಗೆ ಅಪ್ಪಿಕೊಳ್ಳುವ ಚಪ್ಪಲಿಗಳಿಗೆ
ಬಿಸಿಲು ಹಾಗೂ ರಸ್ತೆಯ ಟೆಂಡರಿನ ಲೆಕ್ಕವಿಲ್ಲ

ಕಚ್ಚೆಗಳು ಈಗಿಲ್ಲ
ಇದ್ದರೂ ಕೊಚ್ಚೆಯಾಗಿಲ್ಲ
ಕಟ್ಟಿಕೊಂಡ ಬುತ್ತಿ ಹಳಸಿಲ್ಲ
ದುಡಿಮೆಯ ಮೈಬೆವರಿನ ವಾಸನೆಗೆ
ಮುದುರಿಕೊಂಡ ಹಾಸಿಗೆಗೆ ಬಹುಷಃ ತಿಳಿದಿಲ್ಲ

ಕಾಲ ಸರಿಯಿದೆ
ಕಲಿಯ ಪ್ರವೇಶ ಎಲ್ಲರ ಎದೆ ತಟ್ಟಿರಬಹುದು
ಉಸಿರ ಮುಟ್ಟಿ ಕುಟ್ಟಿ
ಚಿತಾಗಾರದ ಸಾಲಿನಲ್ಲಿ ನಿಲ್ಲಿಸಿದೆ
ನಿಂತ ಮರಗಳು ಗಹಗಹಿಸಿವೆ
ನೋಡು ನೋಡುತ್ತಲೇ
ಎಲ್ಲರದೂ ಏಕಾಂಗಿ ಸಂಚಾರವೇ

ಸರ್ಕಾರಿ ಶಾಲೆಯಲ್ಲಿನ
ಗಟ್ಟಿತನದ ಪಾಠಗಳು
ಮಗ್ಗಿಯ ಉರುಳು ಬದುಕು ಕಟ್ಟಿವೆ

ಗಾಂಧಿ ಟೋಪಿಯ ಮೇಷ್ಟ್ರು ಈಗ ಬದುಕಿಲ್ಲ
ಆದರೆ
ಧರಣಿ ಮಂಡಲ ಮಧ್ಯದೊಳಗಿನ ಗೋವು ಜಿವ್ವೆಯ ಮೇಲೆ ಜೀವಂತ

ಬಣ್ಣದ ತಗಡಿನ ತುತ್ತೂರಿಗೂ
ಕಸ್ತೂರಿ ನೋಡುವಾಸೆ
ಆದರೀಗ ಕಾಸಿಗೂ ಪರದಾಟ
ಅಜ್ಜಿಯ ವಿಧವಾ ವೇತನ
ಅವ್ವನ ಪಿಂಚಣಿ ಯಾವು ಸಾಕಾಗುತ್ತಿಲ್ಲ
ಅದೇ ಗಂಟೆಗಳು ಆದರೆ ಸಮಯವಿಲ್ಲ

ಒಂಟಿತನದ ಕುಂಟು ನೆಪಗಳಿಗೆ
ಚಟಗಳ ಕಡಿತ
ಬೆಳಗ್ಗೆ ಥರ್ಟಿ ಮಧ್ಯಾಹ್ನ ನೈಂಟಿ
ರಾತ್ರಿಗೆ ಕೂಳಿಲ್ಲದ ಕೂಗಾಟ
ಅಯ್ಯೋ ನಾ ಏಕಾಂಗಿ
ಅದಕ್ಕೇನಂತೆ ಅದಕ್ಕೊಂದು ಸಿಕ್ಸ್ಟಿ
ಆಗ
ನೆನಪಾಗುವ ನನ್ನ ಹಳೇ ಪ್ರೇಯಸಿ ಮುಂದೆ
ನಾ ಅಲೆಕ್ಸಾಂಡರ್

ಮಡದಿ ಮಕ್ಕಳ ಬೈದಾಟಕ್ಕೂ ಒಂಟಿ
ರಸ್ತೆಯಲ್ಲಿ ನಾ ಬಿದ್ದಾಗ ಪಾಪಿ
ನಶೆ ಇಳಿದು ಮನೆ ಬಂದಾಗ
ಮಕ್ಕಳಿಬ್ಬರೂ
ಒಬ್ಬರಿಗೊಬ್ಬರ ಕಣ್ಣೀರು ನೆಕ್ಕುತ್ತಾ
ಅಪ್ಪ ಎಂದರೆ ಆಕಾಶ ಓದುತ್ತಿದ್ದರು
ಸತಿ ಹಸಿಮೆಣಸಿನ ಕಾಯಿ ಹಿಂಡಿ ಕುಟ್ಟುತ್ತಿದ್ದಳು
ನನ್ನವ್ವ ಬಿದ್ದಿಯಾ ಮಗ
ಎಂದಾಗಲೇ

ನನ್ನ ಏಕಾಂಗಿತನ ಅಂಗಿ ಬಿಚ್ಚಿದ್ದು
ಆಗಲೇ ಗುಂಡಿಗಳ ಖಾಜಗಳು ನಕ್ಕಿದ್ದು
ಎದೆಯ ರೋಮಗಳು
ಮಾನವ ಧರ್ಮಕ್ಕೆ ಜಯವಾಗಲಿ ಕೂಗುವಾಗಲೇ
ಕಣ್ರೆಪ್ಪೆಗಳು ಮದಕ್ಕೆ ಮುಚ್ಚಿಕೊಂಡವು

15

ರಕ್ತದ ಕಲೆ

ಹೆಂಡತಿಯ ಎದೆ ಮುಟ್ಟಲು
ಗುಂಡಿಗೆ ಬೇಕು ಆದರೆ
ಗುಂಡಿಗೆಯನ್ನು ಗುಂಡಿ ಮುಚ್ಚಿದೆ
ಕತ್ತಲಲ್ಲೋ ಬೆಳಕಲ್ಲೋ ಬಿಚ್ಚಿಕೊಳ್ಳುತ್ತದೆ
ಖಾಜ ಹಾಕಿದವನ ನೆನಪಿಸಿಕೊಳ್ಳದೆ
ಅನುರಕ್ತವಾಗುತ್ತದೆ ಅಮಲಿನಲಿ...

ಮಲಿನ ನಿಂತ ಮೇಲೆ ಮಕ್ಕಳು
ನಾ ಕೆಂಪು...
ಅವು ಕಪ್ಪಾದ ಕಾರಣಕ್ಕೆ
ಬಿಳಿ ಬಟ್ಟೆ ಹೊದಿಸಲಾದಿತೇ...?

ಹೊಕ್ಕುಳ ಹುರಿಯಲ್ಲಿ ಇನ್ನೂ ರಕ್ತದ ಕಲೆಯಿದೆ
ಕತ್ತರಿಸಿದವರ ಹೆಸರೇಳುತ್ತಾ...
ಕತ್ತರಿಸಿಕೊಂಡದ್ದಕ್ಕೆ ಗಂಟಾಕಿಸಿಕೊಂಡು
ಒಣಗಿ ಒಂಟಿಯಾಗಿ ಕಮರಿ ಉದುರಿದೆ

ಮುಂದೆ ಇಡಬೇಕಾದ ಪಿಂಡಕ್ಕೆ
ಇಂದು ಸಾಲುಸಾಲು ದಂಡಗಳಿಗೆ ಧಣಿ
ಧಣಿವಾಗಿ ಧರೆಯ ಮೇಲೆ ಉರುಳಿದರೆ ಬರೀ ಕೆಸರು

ಕಷ್ಟಗಳ ಮಳೆ ನಿಂತಿಲ್ಲ...
ಬೆವರಿನ ವಾಸನೆ ಬಂದಿಲ್ಲ...
ಮೂಸಿ ನೋಡುವವರಾರು ಬಗಲೆತ್ತಿ...!
ಕೂರಿಗಳು ಬಿದ್ದಿರಬಹುದು ಹೆಕ್ಕಿ ಕುಕ್ಕಿದರೆ
ಬೆರಳಿನ ಉಗುರಿಗೂ ಸಹ ರಕ್ತದ ಕಲೆ

16

ಮೌನ

ಮೂಗನ ಮೌನದೊಳಗಿನ ಮೌನ
ಅದೆಂತದಿರಬಹುದು ಹರ
ಹರಿಯ ನಾಬಿಯ ಪುಷ್ಪದ ಪಕಳಿ ಉದುರಿದರೆ
ಸದ್ದಾಗುವ ಮೌನ
ಬ್ರಹ್ಮ ನಿನ್ನ ಕಮಲ
ಅರಳುವಾಗ ಆನಂದಿಸುವ ಮೌನ
ಬೃಹನ್ನಳೆಯ ಹಸ್ತದ ಸದ್ದಿಗೆ
ಮಂಕಾಗುವ ಮೌನ
ಜೀವ ಸೃಷ್ಟಿಗೆ ಸದ್ದಾಗಲೇಬೇಕಲ್ಲ...!
ಎಲ್ಲಿಯ ಮೌನ...?

ಮೌನದ ಮಿತಿಗೆ ಬ್ರಹ್ಮಾಂಡವೇ ಶೂನ್ಯ
ಶೂನ್ಯದ ತಕ್ಕಡಿಯಲ್ಲಿ ಓಂಕಾರದ ಮಂಡೂಕ
ಅಪರಿಮಿತ ಗಣಿತದ ಗರಡಿಯಲ್ಲಿ
ಮೌನಕ್ಕೂ ಮಲೀನತೆ
ಮತ್ತೆಲ್ಲಿ ಭ್ರಮನಿರಸನ
ಇದ್ದರೂ ಇರಬಹುದು
ಗೆದ್ದಲೂ ತಿಂದ ಶಬ್ದ
ಪುಡಿ ಪುಡಿಯಾಗಿದ್ದು ಮತ್ತೆ ಮಣ್ಣೇ

ಮಣ್ಣ ಮೌನಕ್ಕೆ
ಮರಳಿ ಬಾರದ ಸದ್ದುಗಳು ಗುಳೇ ಹೊರಟಿವೆ

ಗಂಟೆಗಳ ಓಲಗದ ಗುದ್ದಿಗೆ
ಗುಡಿಗುಂಡಾರದ ಕಳಸಗಳು ವಾಲುತ್ತಲಿವೆ
ಇದ ಬಲ್ಲ ದೇವರು ಮೌನ

ಮಿದುಳೇ ದೇವರು
ಶ್...ಮಿದುಳೇ ಮೌನ
ಮಾತಿಲ್ಲದ ಚೆಲುವನ ಚರ್ಮಾಂಬರದ ನಾದ
ಮೂಲೋಕ ದಾಟಿಲ್ಲ
ವೀಣೆ ತಂಬೂರಿ ಡಮರುಗಳು ಮಾತನಾಡಿವೆ
ನಾನಲ್ಲ ನೀನಲ್ಲ ಅವನೂ ಅಲ್ಲ
ಮತ್ತಾರೂ ಅದೇ ಮೌನ

ಜೋಗಿ ಜಂಗಮ
ಸಾಧು ಸಂತರ ಸಂಗಗಳ ಸಂಭ್ರಮಕೆ
ಸೇವಾರ್ಥವೂ ತಡಬಡಿಸಿದೆ
ಆದರೆ
ಉದರದ ಜಾಗಟೆಗೆ
ಮರ್ಮಾಂಗಗಳು ಮರೆಯಲಿ ಕುಳಿತು
ಮುಖ ನೋಡಿಕೊಳ್ಳುತಿವೆ
ಇದು ಇನ್ನೇನು
ಅದು ಮೌನವೇ...!

17

ಅರಿವು...

ತಾಯಿಯ ಸೆರಗು
ಸಿಂಬಳದ ಹರಗು
ಎಲೆಯ "ತುಂಬು" ಕಾರ
ಅಮ್ಮನೆದೆಯ "ತುಂಬು" ಮಮಕಾರ...
ಹಾಲ್ದುಟಿಯ ಪಸೆಯ ಉಸಿರಿನಲಿ...
ಮಕ್ಕಾಳಾಗಿಯೇ ಇರೋಣ...
ಅಣ್ಣತಮ್ಮಂದಿರಾಗಿ ಅಲ್ಲ...

ಮಗನಾಗಿದ್ದವನು
ಮಂಗಳಮುಖಿಯಾದಾಗ
ತಂದೆಯಾದವನು ತಬ್ಬಲಿಯಾದ...!
ಸಮಾಜ ಹೆಬ್ಬುಲಿಯಾಯಿತು...
ಮಗನ ಲಿಂಗ ಕೊಂಕಾಯಿತೋ...!
ಜನಗಳರಿವು ಮಂಕಾಯಿತೋ...!

ಬಸವಣ್ಣನ ವಚನಗಳು ಅರಿವಿನ ತಳವೇ ವಿನಃ
ವೀರಶೈವ ಲಿಂಗಾಯಿತರ ತಳಹದಿ ಅಲ್ಲ
ಮಾತೆಮಹಾದೇವಿ ವಚನಾಂಕಿತ ತಿದ್ದಿದ್ದು
ಅರಿವು ಹೆಚ್ಚಾಗಿಯೋ...?
ನಾಗರಿಕತೆ ಕಡಿಮೆಯಾಗಿಯೋ...?

ಸೂಜಿಯೊಳಗೆ ನುಸುಳಿದ ದಾರ ಉಲಿದಿದೆ
ಅರಿವೆಯ ದೇಹ ಹೊಲಿಯಬಲ್ಲೇ ನೀ
ಅರಿವೆದರಿಸಿದೊಡಲಿನ ಅರಿವನಲ್ಲ...!

ಅರಿವು ಅರಿತವರೊಂದಿಗೆ ಅಮರ
ಬೋಧಿವೃಕ್ಷದಂತೆ ಚಿಗುರಲಿ ಅಂತರಾತ್ಮ...!

18

ಕುಪ್ಪಳಿಯ ಕಲ್ಲು...

ಕುಪ್ಪಳಿಯ ಕಲ್ಲಿನೊಳಗೆ ಅವಿತಿದ್ದ ಅಕ್ಷರಗಳು
ನಿಮ್ಮ ಎದೆ ತುಂಬಿದ್ದು ಯಾವಾಗ
ಇರಬಹುದು ಗೋದೂಳಿಯಲ್ಲೋ
ಮಂಜಿನಲ್ಲೋ ಮುಂಜಾನೆಯಲ್ಲೋ
ಆದರೆ ಪಕ್ಷಿಕಾಶಿಯ ಬೆರಳ್ಗೆಕೊರಳೊಳಗಿಳಿದ
ಅಗ್ನಿಹಂಸದ ದುಬಾರಿ ಪದರಾಶಿಗಳು
ಕಾಡುತ್ತಲೇ ಇರುತ್ತವೆ

ಮಲೆಗಳಲ್ಲಿ ಮಧುಮಗಳಂತೆ
ಕಾನೂರಿನ ಸುಬ್ಬಮ್ಮನೂ ನೆನಪಾಗುತ್ತಾಳೆ
ಮಳೆಗಾಲದಲ್ಲೂ ಶ್ವಾನಗಳ ಕಂಡಾಗ
ಬೀಸುವ ಬಿರುಗಾಳಿಯಲ್ಲೂ ಉದಯರವಿಯ
ಕಿರಣಗಳು ಮತವ ಸಾರಲಿಲ್ಲ
ಆದರೆ ನಾವುಗಳು ಕಟ್ಟೀದ್ದೆವೆ
ಹಬ್ಬಿದ ಪರ್ವತಶ್ರೇಣಿಗಳಿಗೆ ಧರ್ಮದ ಝುಂಡಾ

ಕಾಲಿ ತಲೆಯಲಿ ನಾಕವ ನೆಕ್ಕುವವರ ಮುಂದೆ
ಮನುಜ ಮತವನು ಸಾರುವುದೆಂತು
ಬರಿಗೈಲಿ ಬಿಕ್ಕಳಿಸಿ ಭಿಕ್ಷೆ ಬೇಡುವವರೊಳಗೆ
ಪಥವ ಪ್ರಶ್ನಿಸುವುದುಂಟೆ ಪುಟ್ಟಪ್ಪ
ಎಲ್ಲರೊಳಗಿರಲಿ ಅಂಬಿಗರ ಚೌಡಯ್ಯ ಆಯ್ದಕ್ಕಿ ಲಕ್ಕಮ್ಮ
ಕೂಡಲಸಂಗನ ಪರಿಧಿಯೊಳಗೆ ಅಲ್ಲಮ ಅಕ್ಕಮ್ಮ

ಇದ್ದುಬಿಡಲಿ ಇಂತಿಷ್ಟು
ನೋಡೋಣ ಮಸಣದ ಮಣ್ಣೋ ಮಾಯದ ಕಣ್ಣೋ

ಜ್ಞಾನದೊಳಗಿಳಿದ ಪೀಠದ ಶೂದ್ರತಪಸ್ವಿ
ಸಾಹಿತ್ಯವೆಲ್ಲದರಲ್ಲೂ ನೀವುಂಟು
ಅದೂ ದೇಹವಿಲ್ಲದೆಯೂ ಅನುತ್ತರಾ
ನಿಮ್ಮಪೂರ್ಣಚಂದ್ರ ನನಗೆ ಸದಾ ಉತ್ತರ
ಕಾಲು ಮುರಿದಾಗಲೂ ಕಾರ್ವಾಲೋ
ಕದಡಿಸಿರಲಿಲ್ಲ ಮುದುಡಿಸಿರಲಿಲ್ಲ ಹುಲಿಯೂರಿನ ಸರಹದ್ದಿನಲಿ

ದಿನ ಕನ್ನಡ ರಾಮಾಯಣ ಆದರೆ ದರ್ಶನವಿಲ್ಲ
ಕುಪ್ಪಳಿಯ ಕಲ್ಲಮೇಲೆ ಗುಂಡಪ್ಪ ಕೂತಿದ್ದಾರೆ
ನಾವುಗಳು ಕೂತಿದ್ದೇವೆ
ನಮ್ಮೂರಿನ ಕಾನ್ವೆಂಟ್ ಶಾಲೆಯ ಬೆಂಚಿನ ಮೇಲೆ
ನಮ್ಮ ಮಗ ಬರುವುದನ್ನೇ ಕಾಯುತ್ತಾ

19

ಜಗತ್ತಿನ ಪಣ

ಮಲಗಿದವರು ಸತ್ತಂತೆ
ಸತ್ತವರು ಮಲಗಿದರೂ ಕುಳಿತರೂ ಅಷ್ಟೇ
ಮಲಗಿದವರು ಎದ್ದಾಗ?

ಈ ಜಗತ್ತು ಯಾರನ್ನು ಬಿಟ್ಹೋಗಲ್ಲ
ಆದರೆ ನಾವಾಗೆ ಬಿಟ್ಹೋಗಬಾರದು
ಯಾಕೆಂದರೆ ಆ ಸೃಷ್ಟಿ ಇನ್ನು
ಕರುಳ ಬಳ್ಳಿಗಳನ್ನು ಕತ್ತರಿಸಿರಲ್ಲ
ಎಂದು ಕೊಳ್ಳುವಾಗ
ಸತಿ ಚಿತೆ ಏರಿದ್ದಳು

ಅವಳ ಬಳೆಗಳ ಬಣ್ಣ ಮಾಸಿರಲಿಲ್ಲ
ಮನೆಯ ನಿರ್ವಹಣೆಯ ಚೀಟಿ ನನ್ನ ಜೇಬಲ್ಲಿತ್ತು
ಅಂಗಡಿಯ ಸಾಲ
ಮನೆಯ ಕಂತು
ಸಂಘದ ಚೀಟಿ ಹಣಕ್ಕೆ ನನಗಿಂತ ಬೇಸತ್ತಿದ್ದಳು
ಸಾವೊಂದೆ ಉತ್ತರವಲ್ಲ ಎನ್ನುವ ದಿಟ್ಟ ಮಾತುಗಳು
ಅವಳ ತುಟಿಯನ್ನು ಒಣಗಿಸಿದ್ದವು

ಮಕ್ಕಳಿಬ್ಬರ ಜಡೆಗಳ ಎಣೆಯುವ ಕೈಗಳು
ಅವಳ ಎದೆಯ ಮೇಲೆ ಮುದುಡಿದ್ದವು
ರೀ ಏನ್ರೀ ಆ ಪದಗಳು ಮೂಕವಾಗಿದ್ದವು

ಅಕ್ಕ ತಂಗಿಯರ ಗೋಳಾಟ
ತವರು ಮನೆಯ ಉಡಿಯಕ್ಕಿ
ತೆಗೆದ ಗುದ್ದು ಹುದುಗಿಸಿಕೊಳ್ಳಲು ಹವಣಿಸುತ್ತಿತ್ತು

ಕೊನೆಗೂ ಮುತ್ತೈದೆಯಾಗಿ
ನನ್ನ ಒಂಟಿಯಾಗಿಸಿದ ಕಾಲುಂಗುರಗಳು ಜೊತೆಯಾಗಿ ನಗುತ್ತಿದ್ದವು
ಒಂದಿಷ್ಟೂ ಅಳುಕದೆ ನಿಭಾಯಿಸಿದ ಸಂಸಾರವನ್ನು
ಸಾರವಿಟ್ಟು ಸರಿದೂಗಿಸಿದ
ನನ್ನ ಸರಸಳ ಹೇಗೆ ಸಮಾಧಿ ಮಾಡಲಿ

ಮುಂಜಾನೆ ಬರಲಿನ ಸದ್ದಿಗೆ ಎಚ್ಚರವಾದಾಗ
ಜಗತ್ತು ಹಾಗೆ ಇತ್ತು
ರೀ ಹಾಲಿಗೆ ದುಡ್ಡು ಎಂದಾಗ
ಕನಸಿನ ಜಗತ್ತಿಗೆ ವಾಸ್ತವ ಜಗತ್ತು ಪಣಕ್ಕಿತ್ತು

20

ಬದುಕಿನ ಸಾವು

ಸತಿಯರ ಕಾಟಕ್ಕೆ ಹೆಂಡವೂ ನಡುಗಿತಂತೆ
ಪತಿಯರ ನೋಟಕ್ಕೆ ಕಂಬವೂ ನಡೆಯಿತಂತೆ...!
ಭವಸಾರದ ಗಣಿತವನ್ನು ಇತ್ಯರ್ಥ ಮಾಡಲು...

ಬದುಕು ಬಗಣಿಗೂಟ
ಕೆತ್ತಿಕೊಂಡವರು ಇಟ್ಟುಕೊಂಡ ಹಾಗೆ
ಇಟ್ಟುಕೊಂಡವರು ಬಡಿಸಿಕೊಂಡಂತೆ
ಸಾವು ಸೆಗಣಿಯೊಳಗಿನ ಹುಳ
ಬಿಸಿಲಿಗೆ ಹೊರಬಂದು ಇಣುಕಿದಂತೆ

ಎಂತಹವರನ್ನೂ ಸಾವೊಮ್ಮೆ ಕೈಬೀಸುತ್ತದೆ
ಮೃದು ಮನಸು ಅಪ್ಪಿಕೊಳ್ಳುತ್ತದೆ...
ಕಾರಣ ಮರಣವೇ ಮಹಾನವಮಿ
ಬಂಡ ಮನಸು ಇದ್ದು ಬಿದ್ದು
ಒದರುತ್ತದೆ ಎಂಜಲು ಸಿಡಿಯುವತನಕ
ಪ್ರೇರಣೆ ಪಾಪಿ ಚಿರಾಯು

ಕಂಡವರನ್ನೂ ಸಾವೊಮ್ಮೆ ಕೂಗುತ್ತಂತೆ
ಹಣೆಬರಹದ ನೆಪದಲ್ಲಿ ತಪ್ಪಿಸಿಕೊಂಡವ
ಸಾರಥಿಯಿಲ್ಲದೆ ಸತ್ತವನಂತೆ...!

ಸಾವು ಸಾಂಗತ್ಯವಿಲ್ಲದ ಗಿರಿಶಿಖರ
ಹತ್ತುವವರ ತಿಣುಕಾಟ
ಬಿದ್ದವರ ಪೇಚಾಟ
ಇದ್ದವರ ಗೋಳಾಟ
ಅಮರವಾದವರ ಮಾಯಾನೋಟ

ಬದುಕು ಮೂರು ತಲೆಯಾಟ
ತಾನೇ ಮೂರರಲ್ಲಿ ಮಣ್ಣಾಯಿತಂತೆ
ಬಾಳೆಲೆಯಲಿ ಬದುಕ ತಿಂದು ಬಿಸಾಡಿದಂತೆ
ನೋಡಿ ಅತ್ತವರು ಹಲವರಂತೆ...!
ಕಣ್ಣೀರಿಗೆ ಶ್ರಾದ್ಧವೇ ಅಂತ್ಯ
ಶವ ತೋಡಿದ ಮಣ್ಣಿಗೆ
ಮನುಜ ಮರಳಿ ಮಣ್ಣಿಗೆ

21

ದಂತಕಥೆ

ಅಮ್ಮನೆದೆಯ ತುಂಬು ಕಚ್ಚಿದ ಮೇಲೆ
ಹುಟ್ಟಿದ ಹಲ್ಲುಗಳು ಬಲು ಮುಗ್ಧ
ಒಳ್ಳೆಯತನಕೆ ಉದುರಿದ್ದವು
ಉಣ್ಣುವಾಗ ಮತ್ತೇ ಹುಟ್ಟಿದವು
ಹುಣಸೆಯೊಳಗೆ ಸಿಹಿಯಾಗಿ
ಹಾಗಲೊಳಗೆ ಕಹಿಯಾಗಿ
ಮಣ್ಣಾಗುವವರೆಗೂ ಅದೆಷ್ಟು ಜಗಿದಿವೆ
ತಿಳಿಯದ ಮಾಂಸ
ಹುಟ್ಟದ ಗರ್ಭ
ಕಟ್ಟಿದ ದಾರ
ಆದರೂ ಅವು ಶುದ್ಧ ಬಣ್ಣ

ದಿನವೂ ತಿಕ್ಕಿದ ಬ್ರಷ್ಗಳು ಸವೆದಿವೆ
ಮುಕ್ಕಳಿಸಿ ಉಗುಳುವ ನೀರಿನಲ್ಲಿ
ಪ್ರತಿದಿನ ಸತ್ಯವೂ ಸಾಯುತ್ತಿತ್ತು
ವಾಸನೆ ಬಾರದಂತೆ
ಏಲಕ್ಕಿ ಉಪ್ಪು ಆಯುರ್ವೇದದ ಸ್ವಾದಿಷ್ಟ ಪೇಸ್ಟು
ಉಗುಳಿದಷ್ಟು ಬಿಳಿಯಾಗಿತ್ತು

ಕನ್ನಡಿಯಲ್ಲಿ ಕಕ್ಕಿಕೊಳ್ಳುತ್ತವೆ
ರೊಟ್ಟಿಯನ್ನು ಕಡಿಯದವುಗಳು
ಸಂದಿಯಲ್ಲಿ ಬೇಕಾದಷ್ಟವುಗಳನ್ನು ಸಿಕ್ಕಿಸಿಕೊಂಡಿವೆ

ಅದೇ ಕಡ್ಡಿಯ ತುದಿಗೆ
ಕ್ಯಾಕರಿಸಿ ಉಗುಳಿಸಿಕೊಳ್ಳುತ್ತವೆ.
ತಮ್ಮೊಳಗೆ ಹುಳ ಬಿದ್ದರೂ
ಕಂಡವರಿಗೆ ಕಿರಿಯುವ ಚಾಳಿ
ತಮ್ಮೊಳಗೆ ಕಚ್ಚಿಕೊಂಡು ಬೆಚ್ಚಗೆ ಬಿದ್ದುಕೊಳ್ಳುತ್ತವೆ

ಮಂದಹಾಸಕ್ಕೆ ಮಕ್ಕಳು
ಬೊಚ್ಚುಬಾಯಿಗೆ ಮೊಮ್ಮಕ್ಕಳು
ಕಟಕಟನೇ ಕಡಿಯುವ ಇವು ಶಿಲ್ಪಿಗಳಲ್ಲ
ಶೀತಲ ಸಮರದ ಎದೆಗಾರಿಕೆಯ ಸಾಲುಗಳು
ಆದರೂ
ಪ್ರತಿದಿನ ವಾಸನೆಯೇ
ತಿಕ್ಕಲೇಬೇಕು ಇದ್ದಿಲೋ ಮಣ್ಣೋ ಮರಳೋ
ಇಲ್ಲವೇ ಅವುಡುಗಚ್ಚಿ
ಮುಚ್ಚಿಕೊಳ್ಳಬೇಕು ಮುಂಬಾಗಿಲು ಮುಚ್ಚಿಕೊಂಡು
ಇಲ್ಲ ಅಗುಳಿಯಾನ್ನಾದರೂ
ಅಲ್ಲಾಡಿಸಲೇಬೇಕು ಸದ್ದಾಗದಂತೆ

22

ಫಕೀರ

ಹಿಟ್ಟಿಲ್ಲದೆ ಹುಟ್ಟಿದ ಜೀವ
ಅಂಗಳದ ಮುಂದೆ ಅಕ್ಷರದ ಬಿಂದಿಗೆ
ತಾಕಿದ ಪದಗಳಲಿ ತಾಳಕ್ಕೆ ಜೀವ
ಕುಣಿ ಕುಣಿದು ಕುಪ್ಪಳಿಸಿದೆ
ಬಾಲ್ಯದ ಬರಿಗಾಲಿಗೆ ಹಾವಿಗೆಯ ತೊಟ್ಟ
ಜನಿವಾರದ ಜನದೊಳಗೆ ಜಾರಿಬಿಟ್ಟ

ಮಡದಿಯ ಮರಣ
ಮಡುವಾದ ಸಂಸಾರ
ಕೈಚಾಚಿದ ಕರ್ಮಯೋಗಿ
ಗಡಗಡನೇ ಗಡಗಡನೇ ಮಯೂರನಂತೆ
ಗರಿಬಿಚ್ಚಿ ಗುರುವಿಗೆ ಗುಲಾಮನಾದ

ನತ್ತಿನ ನಾಪತ್ತೆ
ಶಂಕರಿಯ ವೈಭೋಗ
ಗರಬಡಿದ ಬಡಿವಾರ
ಎತ್ತೆತ್ತಲೋ ಮಾಯ
ಕಂಡಿದ್ದು ಸುಳ್ಳಲ್ಲ
ನೋಡಿದ್ದು ನಿಜವೇ
ಏನೋ ಮಾಯ
ಅದೇನೋ ಮಾಯೇ

ನಿಲುಕದ ನೀಲಾಂಬರ
ನಿಂತಲ್ಲೇ ನಿರಾಕಾರ
ಗುರುವಿನ ಗರಬಡಿದು
ಗರಗರನೇ ಗರಗರನೇ ತಿರುಗುವ
ಗೋವಿಂದನ ಹರಿಕಾರ
ಹರಿಹರಾಧಿಯೊಳಗಿಳಿದ ನಮಾಜಿನ ಸಂತ
ಅವ ಬರೀ ಫಕೀರ...

23

ನೀನೊಬ್ಬಳೇ ಸಾಕು

ಮಧುಶಾಲೆಯಲ್ಲಿ
ಕಪ್ಪು ಹಲಗೆಗಳಿಲ್ಲ ಕಪ್ಪುಗಳಿವೆ
ಮಧುರೆ ತುಂಬಲು ಹಲವರಿದ್ದಾರೆ
ಮದವೇರಲು ಇನ್ನೇನು ಬೇಕು
ನಿನ್ನ ಎಡಗಾಲ ಗೆಜ್ಜೆ ಸದ್ದು ಸಾಕು

ಗೆಜ್ಜೆಗಳ ಸದ್ದಿಗೆ ಲೆಕ್ಕವಿಲ್ಲ
ಲೆಕ್ಕವಿರುವುದೊಂದೆ ನಿನ್ನ ಲಾಲಿತ್ಯಕ್ಕೆ
ಮದವೇರಲು ಇನ್ನೇನು ಬೇಕು
ನಿನ್ನ ಗಲ್ಲಗಳ ಗುಳಿ ಸಾಕು

ಗುಳಿಯಲಿ ಬಿದ್ದ ನನಗೆ
ಮಧುರೆಯಲಿ ಮಿಂದೆದ್ದ ಅನುಭವ
ಮದವೇರಲು ಇನ್ನೇನು ಬೇಕು
ನಿನ್ನ ಉಸಿರ ಸದ್ದು ಸಾಕು

ನಿನ್ನ ವಾಸನೆಯೇ ಅತ್ತರ್
ಅದು ಸುರಿಸುವ ಪರಿಮಳಕೆ
ಅಮಲೇರಿರುವೆ ಇನ್ನೇನು ಬೇಕು
ಮಧು ಬಟ್ಟಲು ಹಿಡಿದು ನಿಂತ
ನೀನೊಬ್ಬಳೇ ಸಾಕು

24

ಧ್ವನಿಗಳು

ಧ್ವನಿಗಳು ಕೇಳಿಸುತ್ತಿವೆ
ಕೊನೆಗೂ ಹೊರಟಿರುವೆ ಏಕಲವ್ಯನಂತೆ
ಆ ಧ್ವನಿಗಳ ಹುಡುಕಲೇ ನನಗಿಷ್ಟು ವಯಸ್ಸಾಯಿತು

ಶೋಷಿತರ ಧ್ವನಿಯ ನರಗಳು
ದಮನಿತರ ಹೊಕ್ಕುಳ ಗುಂಡಿಯಲ್ಲಿ ಈಜಾಡುತ್ತಿವೆ
ಆದರೂ ಸಹ ನೀವೇಕೆ ಮೂಕರಾಗಿದ್ದೀರಿ

ಹುಟ್ಟಿನುಡಿಗೆಯಲ್ಲೇ ಬಂದ ನನಗೆ
ಬದುಕಿನ ಬೇರುಗಳು ಒಣಗಿ ಕರಕಲಾದವು

ಮರದ ತೊಗಟೆಯಂತಿದ್ದ ಸಂಬಂಧಗಳನ್ನು
ಧರ್ಮದ ಹೆಸರಲ್ಲಿ ಸೀಳುಸೀಳಾಗಿ ಸೀಳಿ
ರಣಭೂಮಿ ಮಾಡಿದ್ದೀರಿ

ಬೆವರ ನೆಲದ ಧ್ವನಿಗಳ ಕಣ್ಣು ಮಸುಕು ಮಾಡಿ
ಸ್ವರವನ್ನು ಬರಿದಾಗಿಸಿದ್ದೀರಿ

ಕಳಚಿ ಬಿದ್ದಿರುವ ಮಾನವೀಯತೆಯ ನೆರಕೆಯ ಗೋಡೆಯಿಂದ
ಹೊರಗೋಡಿ ಬಂದು ಜೀವ ಉಳಿಸಿಕೊಳ್ಳುವಂತೆ ಬೆದರಿಕೆಯೊಡ್ಡಿದ್ದೀರಿ

ಇರಲಿ
ನಾವುಗಳು ಈ ಮಣ್ಣ ಮೇಲೆಯೇ ಬೀಳುತ್ತೇವೆ
ಪುನಃ ಬಂಡೆದ್ದು ಬರುತ್ತೇವೆ

ದೇಹದೊಳಗೆ ಆತ್ಮದೊಳಗೆ
ಏನೋ ಒಂದು ಧ್ವನಿ ಕೇಳಿಸುತ್ತದೆ
ಅದು ನೆತ್ತರಿನ ಧ್ವನಿ? ಇಲ್ಲ ಜೀವ ಸದ್ದು?
ಇದಕ್ಕೂ ಸಹ ನಿರಾಕಾರನಾದ
ಆ ಭಗವಂತನ ಸದ್ದು ಕೇಳಿಸುತ್ತಿದ್ದೀರಿ

ನನ್ನ ನಾಲಿಗೆಯ ತುದಿಗೆ ಜೌಗು ಹಿಡಿದಾಗ
ನೀವೆಲ್ಲರೂ ಏಕಕಂಠದಿಂದ ಕೂಗಿದಿರಿ
ಇವನಿಗೆಲ್ಲೋ ಉನ್ಮಾದ ಹಿಡಿದಿರುವುದೆಂದು
ಎದೆಯೊಳಗೆ ಗುಲ್ಲುಗಳ ಗಾಯಮಾಡಿದ್ದೀರಿ

ಉಕ್ಕಿ ಹೊರಬರುವ ಕೋರೆ ಹಲ್ಲುಗಳ
ಕಿತ್ತು ಜಗದೊಳಗೆ ಹೊಸ ಬೆಳಕನು
ಬಂಡಾಯದಿಂದ ತುಂಬೇ ತುಂಬುತ್ತೇವೆ

ನಮ್ಮ ನಮ್ಮವರ ನೆತ್ತರಿನ ಬಣ್ಣವ ಹೊತ್ತು
ಮುಷ್ಟಿಗಳಲಿ ಸಿಡಿಲಕಿಡಿಗಳನು ಹೊರಗೆಸವ
ಕೆಂಪು ಕಾಂಡದ ಹೂಗಳು ನಮ್ಮ ಜನರು

ಕಟಕಟನೆ ಹಲ್ಲುಕಡಿಯುವ ಧ್ವನಿ
ಲಟಲಟನೆ ಬೆರಳು ಮುರಿಯುವ ಸದ್ದು ಮಾಡುತ
ಅನ್ಯಾಯದ ಶಿಖರವೇರಿ ಕಾರಣೀಕ ಹೇಳುವ
ಆಷಾಢ ಭೂತಿಗಳಲ್ಲ ನಾವುಗಳು

ಬಂಡಾಯದ ಬೀಜಗಳ ಬುತ್ತಿಯನ್ನು ಹೊತ್ತು
ಪರಿಶ್ರಮದಿಂದ ನ್ಯಾಯದ ಹೊಲ ಬಿತ್ತುವಾಗ
ಎತ್ತಿನ ಗಂಟೆಯ ಸದ್ದು ಕೇಳುವವರು ನಾವು

ನೀವು ಸುಮ್ಮನೇ ಹೆದರಿಸುತ್ತಿದ್ದೀರಿ
ನಮ್ಮನ್ನು ನೀವು ಸುಮ್ಮನೇ ಹೆದರಿಸುತ್ತಿದ್ದೀರಿ

25

ಪಾಪಗಳು...!

ಅಂಗೈ ಗೆರೆ ನೋಡಿ
ಅಂಜನಾ ಹಾಕಿದ ಮಾತ್ರಕ್ಕೆ
ಅಪ್ಪಮ್ಮನಾ ಸಂಧ್ಯಾಕಾಲದಲ್ಲಿ
ಸಂಧಿಸಲಾಗದೆ ಸಂಭಂದ ಮುರಿದುಕೊಂಡದ್ದು
ರಂಗನೆದೆಗೆ ಜಾಡಿಸಿ ಒದ್ದ ಪಾಪ...!

ನಾ ಮಾಡಿದ ಪಾಪಗಳು
ಬೇಡವೆಂದು ಬಚ್ಚಿಟ್ಟುಕೊಂಡರು
ನನ್ನಿಂದ ದೂರನಿಂತು...
ಗಹಗಹಿಸಿ ನಕ್ಕು ಓಡಿ ಬಂದು
ನನ್ನವಳಂತೆ ಬಿಗಿದಪ್ಪಿ...
ತಟ್ಟಿ ಬಡಿದೆಬ್ಬಿಸಿತ್ತವೆ ಮುಚ್ಚಿಟ್ಟದ್ದ ಶಾಪಗಳು...!

ಹುಟ್ಟುನಿಂದ ಆರಂಭವಾದ
ಸಾವಿನೆಡೆಗಿನ ಪಯಣದ ನಡುವಿನ
ಮಾನವೀಯಕರುಣೆಯಲ್ಲಿ ಮಾಡಿದ ಚೌಕಸಿಯಲ್ಲಿ
ಬದುಕಿನಲ್ಲಿ ಆ ಕ್ಷಣದ ಗೆಲುವಿನಲ್ಲಿ
ಪಾಪದ ಸೋಲುಗಳು
ಮೂಟೆಗಳಾಗಿ ಮೂಲೆಯಲ್ಲಿ
ಕುಳಿತು ಕುಪ್ಪಳಿಸಿ ಕೇಕೆ ಹಾಕಿ ನಗುತ್ತಿವೆ
ಬೇತಾಳದ ಪಲ್ಲಕ್ಕಿಯ ಮೇಲೆ ಪಾಪಗಳು...

ಈ ಪಾಪಗಳೇ ಹೀಗೆ
ಕಾಣದೇ ಖುಷಿಪಡಿಸಿ
ಕತ್ತಲಲ್ಲಿ ಕತ್ತು ಹಿಸುಕುತ್ತವೆ

26

ಮಣ್ಣು

ಸಕಲ ಜೀವಗಳ ಪಾದಗಳ ಹೊತ್ತು
ಹೊಕ್ಕುಳಲ್ಲಿ ಜೀವಗಳುಟ್ಟಿಸಿ
ಎಲ್ಲರೆದರೂ ಬೆತ್ತಲಾಗಿ
ತನ್ನ ಮೇಲಿದ್ದವರ ಹಸಿವಿಗಾಗಿ ಹೊಟ್ಟೆ ಬಗೆಸಿಕೊಂಡು
ಅವಳು ಸದಾ ವಿಷನುಂಗಿ
ರೈತರ ಬೆವರಕುಡಿದು
ಮೊಲೆಯಿಲ್ಲದೆ ಎಲ್ಲರಿಗೂ ಹಾಲುಣಿಸಿದವಳು
ವರುಣನನ್ನು ಶಬರಿಯಂತೆ ಕಾಯುವವಳು
ಅವಳೂ ಕೂಡ ಮಣ್ಣೇ

ಸತ್ತವರೆಲ್ಲರನ್ನೂ ನನ್ನೊಳಗೆ ಸೇರಿಸುವ
ಇವರು ಬದುಕಿದ್ದಾಗ
ನನಗಾಗಿ ಬಡಿದಾಡಿ ಇತಿಹಾಸ ಸೇರಿದರು
ಮಣ್ಣು ಮಾಯೆಯಲ್ಲ ಹೆಣ್ಣು ಮಾಯೆ
ಹಾಗಾದರೇ ನಾನು ಕೂಡ ಹೆಣ್ಣಾ...?
ನನ್ನೊಳಗೆ ಆಳವಾಗಿ ಬೇರುಬಿಟ್ಟ ಮರದ
ನರಗಳು ಕೂಡ ನನ್ನೆದೆಯ ರಸವ ಹೀರಿ
ಮೊಗ್ಗು ಹೂವಾಗಿ ಅರಳುತ್ತವೆ
ನನ್ನೆದೆಯ ಮೇಲೆ ಬೆವರ ತೇಯ್ದುವರಿಗೆ
ಗಂಧವಿಕ್ಕಿದ್ದೇನೆ ಅಷ್ಟಕ್ಕೆ ಸುಮ್ಮನಿರದೆ
ನನಗೇನು ಮಾಡಲುಬಾರದು
ನಾನು ಮಣ್ಣಾಗಿ ಮಣ್ಣು ತಿಂದಿದ್ದೇನೆ
ಯಾಕೆಂದರೆ ನಾನು ಮಣ್ಣೇ

ಸೂರ್ಯನ ಉರಿಗಣ್ಣು ಚಂದ್ರನ ಚೆಂಬಳಕು
ಗ್ರಹಣದ ಗ್ರಹಗತಿ ಎಲ್ಲವನ್ನೂ ಸಹಿಕೊಂಡೇ
ನಿಮ್ಮ ರಾಮ ರಹೀಮಾ ಯೇಸು
ಎಲ್ಲರನ್ನೂ ನೋಡಿದ್ದೇನೆ ಅವರೆಲ್ಲರೂ
ನನ್ನೊಳಗೆ ಸೇರಿ ದೈವವೆನಿಸಿಕೊಂಡರು
ನೀವು ಮಾತ್ರ ಆ ಹೆಸರಲ್ಲೇ ಮರುಳಾಗುತ್ತಿದ್ದೀರಿ
ಒಣಗಿದ ವಾಟೆಯನ್ನಾದರೂ ಹುಟ್ಟಿಸುವೆ
ನಿಮ್ಮಂತವರನ್ನು ಹೇಳಹೆಸರಿಲ್ಲದೆ ಲೀನವಾಗಿಸಿಕೊಳ್ಳುತ್ತೇನೆ ಯಾಕೆಂದರೆ
ನಾನು ತಣ್ಣನೆಮಣ್ಣು

ಗತಕಾಲದ ಪ್ರಿಯತಮ ಆಕಾಶ ನನ್ನ
ನೆನೆದು ಕೈ ಬೀಸಿಗಾದಲೆಲ್ಲಾ
ಕೆಲವೊಮ್ಮೆ ನನಗೂ ನಾಚಿಕೆಯಾದಾಗಲೇ
ನನ್ನ ಸೆರಗು ನಡುಗುತ್ತದೆ
ನನ್ನೊಳಗಿನ ರಕ್ತವೇ ಕೆಂಪು ನೆಲವೆನಿಸುತ್ತದೆ
ನನ್ನ ಜಡೆಮುಡಿಗಳೂ ಕಪ್ಪೇನಿಸುತ್ತದೆ
ನನ್ನ ನಾರನಾಡಿಗಳೇ ನದಿಗಳು ಎನಿಸುವಾಗಲೇ
ತಬ್ಬಿಕೊಳ್ಳಲಾಗದೆ ಅಲ್ಲಿಂದಲೇ ಅಳುತ್ತಾನೆ
ಆಗ ನನ್ನೊಳಗೂ ಮುಟ್ಟಾಗುತ್ತದೆ

ಇಂದಿಗೂ ಇಬ್ಬರೂ ಸೇರಿಲ್ಲ
ಯಾಕೆಂದರೆ ನನ್ನೊಳಗಿನ ಭಾವನೆ ಪ್ರೀತಿ
ಎಲ್ಲವೂ ಮಣ್ಣೇ

27

ಅಚ್ಚರಿಗಳು...!

ಅವಸರದರಮನೆಯು
ಸಾಲದ ಸಾಲುಕಂಬಗಳ
ಮೇಲಿರುವ ತೂಗುಗತ್ತಿ ತೊಲೆಗಳ
ತೂತು ಹಾಕಿದವನ ಮೆಚ್ಚಿಕೊಂಡಿರಬಹುದೆ...!

ನಮ್ಮವರು ನಿಂಬೆಗೆ ಹೆದರುವರೇ ವಿನಃ
ನಂಬಿಕೆಗಲ್ಲ...!
ನಂಬಿಕೆ ನಳಪಾಕದಂತೆ...
ನಾಲಗೆಯ ತುದಿತನಕ ರುಚಿ...
ಗಂಟಲಿಗಿಳಿಯುತಿದ್ದಂತೆ ಹೇಸಿಗೆ...!

ಬೇಲೂರ ಬಳ್ಳಿಗಳು ಶಾಂತಲೆ ನೋಡಿ
ಹೋಲಿಕೆ ಮಾಡಿಕೊಂಡು
ಕೆತ್ತಿದವನ ನೋಡಿ ನಕ್ಕಿರಬಹುದಲ್ಲವೆ...!

ಬೆವರಿಗೆ ಬಗಲಿನ ರೋಮಗಳು ಕೆಂಪಾಗಿ
ತಲೆರೋಮಗಳ ಕೇಳಿದವು...
ಯಾರು ಬಿಗಿ...?
ಬೆವರಿನ ಕಮಟು ಎಲ್ಲರನ್ನೂ
ದೂರ ತಳ್ಳಿತು ಇವರ ವಾದ ನಡೆಯಲೆಂದು...!

ಗಂಡನ ಹೆಣದ ನಡುವೆ
ಹೆಂಡತಿಯ ಹಣೆಬೊಟ್ಟು...
ಕಂಡವರ ಬಾಯಲ್ಲಿ ಕೆಂಪು...!

ಸ್ನಾನವಿಲ್ಲದವರ ಸಂಸ್ಕಾರ...
ಸ್ನಾನವಿದ್ದವರ ಸಂಸ್ಕಾರ...
ಪೆಟ್ಟಿಗೆಯವರ ಸಂಸ್ಕಾರ...
ಮೂರನ್ನ ನೋಡಿದ ಮಣ್ಣು ತನ್ನೊಳಗೆ ತಾನೆ ನಗುತಿದೆ
ಕಣವಾಗಿ... ಧೂಳಾಗಿ...
ಧೂಳೊಳಗೆ ಮರೆಯಾಗಿ...

28

ಪುನೀತ

ಪಂಪ ರನ್ನ ಜ್ಞಾನದ ಹತ್ತಿ ಬಿಡಿಸಿ
ಬತ್ತಿಯನ್ನು ಹೊಸೆದರು
ಅಣ್ಣ ಬಸವಣ್ಣ ಜಾತಿಗಳ ಹದಗೊಳಿಸಿ
ಮಣ್ಣಿನ ದೀಪ ಮಾಡಿಟ್ಟರು
ವಿಚಾರವಾದಿ ಬಾಬಸಾಹೇಬ್ ಅವೆರಡನ್ನು ಸೇರಿಸಿ
ಎಲ್ಲರೆದೆಯಲ್ಲಿ ಜ್ಯೋತಿ ಬೆಳಗಿದರು
ಆ ಬೆಂಕಿಯಿಂದ ಗಾಂಧಿಯನ್ನು ಸುಟ್ಟೆವಾ...?
ಗುಂಡೇಟು ಬಿದ್ದಾಗಾ ಅವರ ಬಾಯಲ್ಲಿದ್ದ
ರಾಮನಿಗೆ ಅದೆಷ್ಟು ನೋವಾಗಿರಬೇಡ
ಆ ರಾಮನೇ ಮೂಲರಾಮ
ರಾಮ ತತ್ತ್ವದ ಗಾಂಧಿಯನ್ನು
ಟೋಪಿಯಲ್ಲಿ ಮಡಚಿ ಧರ್ಮಗಳ ತಳಕ್ಕೆ ಎಸೆದೆವಾ.?

ತಳಮೂಲ ವಾಲ್ಮೀಕಿ
ಕ್ಷತ್ರಿಯ ರಾಮ
ಬ್ರಾಹ್ಮಣ ರಾವಣ
ಉಳಿದವರಿಗೇನು ಸಂಬಂಧ
ಕೆಲವರ ಈ ಪ್ರಶ್ನೆ ಎಲ್ಲರ ಪ್ರಶ್ನೆಯಾಗಿ ಇನ್ನೂ ಉಸಿರಾಡುತ್ತಿದೆ
ಉತ್ತರ ಕೊಡಿಸಲು
ಆತ್ಮಜ್ಞಾನದ ಬೆಳಕಿಲ್ಲದ ಪಕ್ಷಗಳು, ಮಠಗಳು,
ಸ್ವಾಮಿಗಳು, ಸಾಧುಸಂತರು ಸನ್ನದ್ಧರಾಗಿದ್ದಾರೆ

ಶುದ್ಧ ಪ್ರಾರ್ಥನೆಗೆ ಪ್ರತ್ಯಕ್ಷನಾಗುವವನು ಗುರು
ಅವನು ಮುನಿದು ಜೈಲು ಸೇರಿದ್ದು ಆಯ್ತು

ಹರ ಕಾಯದೆ ಬಿಟ್ಟದ್ದು ಆಯ್ತು
ಮಸೀದಿ ಮಂದಿರ ಚರ್ಚುಗಳ ದೇವರುಗಳು
ಅದಲುಬದಲಾಗಿದ್ದು ಆಯ್ತು
ನಿರಾಕಾರನಾದವನನ್ನು ಕಟಕಟೆಯಲ್ಲಿ ನಿಲ್ಲಿಸಿದ್ದಾಯಿತು

ಎಡೆಬಿಡದೆ ಕಾಡುವ ಈ ಗೊಂದಲಗಳಿಗೆ
ಮನಸು ಆಗಾಗ ಗರ್ಭಪಾತವಾಗುತ್ತಿದೆ
ಮತ್ತೊಮ್ಮೆ ಪ್ರೀತಿಯ ನೆಲೆಯಲ್ಲಿ ಬಸಿರಾಗಿ
ಮಾನವೀಯತೆಯನ್ನು ಹಡೆಯುತ್ತೇನೆ
ಆಗ ಹುಟ್ಟುವ ಕೂಸು
ಸರ್ವಜ್ಞನೋ
ವಿವೇಕಾನಂದನೋ
ಟಿಪ್ಪು ಸುಲ್ತಾನನೋ
ವೀರ ಸಾವರ್ಕರ್ರೋ
ಭಗತ್ ಸಿಂಗನೋ
ಅಬ್ದುಲ್ ಕಲಾಮೋ
ಕುವೆಂಪುವೋ
ನಾನೋ ಅಥವಾ ನನ್ನದೋ ಗೊತ್ತಿಲ್ಲ

ಅವನು ಪುಸ್ತಕ ಓದಿದರೆ ಪಂಡಿತನಾಗುತ್ತಾನೆ
ಮನಸ್ಸನ್ನು ಓದಿದರೆ ಮಹಾತ್ಮನಾಗುತ್ತಾನೆ
ಧರ್ಮದ ಗಲಾಟೆ ಮಾಡಿದರೆ
ಏನು ತಿಳಿಯದವನಾಗುತ್ತಾನೆ
ಗುರಿ ಇದ್ದವನು ಬದುಕಿ ಹೋಗುತ್ತಾನೆ
ಗರ ಬಡಿದವನು ಗೆದ್ದಲು ಹಿಡಿಯುತ್ತಾನೆ
ಯುವರತ್ನ ಹುಟ್ಟಿದರೆ ಪುನೀತನಾಗಲಿ
ಈ ನಾಡ ಮನೆಮಗನಾಗಲಿ
ಎಲ್ಲರ ಕಣ್ಣುಗಳಲ್ಲಿ ಜಾತಿ ಧರ್ಮಗಳು ಧಮನವಾಗಲಿ
ಎಲ್ಲರ ಎದೆಯೊಳಗೆ ಮಾನವೀಯತೆಯ ಹಣತೆ ಬೆಳಗಲಿ

29

ಮತಿಗಿಳಿದ ಅಕ್ಷರಗಳು

ಮತಿಭ್ರಮಣೆಯ ಅಕ್ಷರಗಳು
ಮಾತಿಲ್ಲದೆ ಮಮ್ಮಲ ಮರುಗುತಿವೆ
ಮಿತಿಯಿಲ್ಲದೆ ಮಿತಿಯಾಮೃತವ
ಮೀಟುವ ಹೃದಯಾಂತರಳದಲ್ಲಿ
ಮುಂದೆ ಮುಗ್ಗರಿಸುವ ಮತಿ
ಮೂಗುತೂರಿಸುವ ಒತ್ತಕ್ಷರಗಳು
ಮೃದುವಾಗಿ ಉದರ ಸೀಳಿಕೊಂಡಿವೆ
ಮೆದು ನಾಸಿಕವನಿಡಿದು ನತ್ತನ್ನು ಕೇಳುತಿವೆ
ಮೇಲೆ ದೀರ್ಘ ಸ್ವರ
ಮೈಮೇಲಿನ ಕೆಳಸ್ತರವ ಹಿಡಿದು
ಮೊಂಡು ವಾದಕ್ಕಿಳಿದು ಪ್ರಶ್ನಿಸುತಿದೆ
ಮೋಕ್ಷದ ಅರಿವಿಗೆ ಅಕ್ಷರಗಳೇ ಪ್ರಶ್ನೆಗಳು
ಮೌನದ ಅರಿವಿಗೆ ಅಕ್ಷರಗಳ ಅರಿವೆ
ಮಂದಹಾಸದ ಅರಿವಿನ ಮೋಕ್ಷಕ್ಕೆ
ಮಮ್ಮಲ ಮರಗುವ ಮಮಕಾರ ಛಾಯೆಯಲ್ಲ
ಅವು ಅಕ್ಷರಗಳ ಚರಿತ್ರೆ

ನಂತರ ಓದಿಕೊಂಡದ್ದು ನಮ್ಮದೆ ಬರಹ
ಅದು ಅನುಭವಗಳ ಮೂಟೆ
ಕಟ್ಟಿಕೊಂಡದ್ದು ಹೆಗಲಿಗೆ
ಕಕ್ಕಿಕೊಂಡದ್ದು ಮೂಲೆಗೆ
ಬರೆದದ್ದು ಬಗಲಿಗೆ
ಉಳಿದದ್ದು ತಿಪ್ಪೆಗೆ

30

ಥೇಟ್...

ಕುದಿಯುವ ಎಣ್ಣೆಯೊಳಗಿನ
ಬೋಂಡದ ಸಂಕಟ ನಮಗರ್ಥವಾಗುವುದಿಲ್ಲ
ಆ ಕಾರಣಕ್ಕೆ
ಅದು ನಮ್ಮ ಹೊಟ್ಟೆಯನ್ನು ಅರ್ಥಮಾಡಿಕೊಳ್ಳುವುದಿಲ್ಲ
ಥೇಟ್ ನಮ್ಮವಳಂತೆ

ಅವಳ ಸಾಕಷ್ಟು ನೆನಪುಗಳ
ನಮ್ಮ ಬೆನ್ನಿಗೆ ಕಟ್ಟಿದ್ದಾಳೆ
ನಾವು ಕೆಮ್ಮಿದಾಗಲೂ
ಅವಳೊಲವು ಎದೆಗೆ ಗುದ್ದುತ್ತಿರುತ್ತದೆ
ಥೇಟ್ ಮಧ್ಯಾಹ್ನದ ಚಟ್ನಿಯಂತೆ

ಒಲವಿನ ರಚ್ಚೆಯಾಟಕ್ಕೆ
ಇಬ್ಬರೂ ಒಪ್ಪಿಕೊಂಡಿದ್ದೇವೆ
ತಾಳಿ ಕಾಲುಂಗುರ ದುಬಾರಿ
ಆದರೆ ಆಗಾಗ ಒಂದಾಗುತ್ತಿದ್ದೇವೆ
ಥೇಟ್
ಇಂದಿರಾ ಕ್ಯಾಂಟೀನ್ನಿನ ಅನ್ನ ಸಾಂಬರಿನಂತೆ

ಹಾಲುಗಲ್ಲದ ಕೂಸು ಬೇಕೆನಿಸುತ್ತವೆ
ಬೆಳೆಸಲು ಸಮಯವಿಲ್ಲ
ಆದರೆ

ಅನಾಥ ಮಕ್ಕಳಿಗೆ ಆಗಾಗ ಕನಿಕರಿಸುತ್ತೇವೆ
ಥೇಟ್ ಸೈಕ್ಲೋನ್ ಮಳೆಯಂತೆ

ಆದರೂ
ಇಷ್ಟರಲ್ಲೇ ಬೇರೆಯಾಗಲು
ಸಮಯ ಕಾಯುತ್ತಿದ್ದೇವೆ
ಆ ಮನೆ ಓನರ್ ಮುಂಡೆಮಗನ ಅಡ್ವಾನ್ಸ್ ಗಾಗಿ
ಆಮೇಲೆ
ಅವಳು ಮತ್ತು ನಾನು
ಥೇಟ್
ಕೈ ಮತ್ತು ಕಮಲದಂತೆ

ಎಲ್ಲಾ ಮುಗಿದಮೇಲೂ
ಅವಳು ಒಮ್ಮೊಮ್ಮೆ ಬೇಕೆನಿಸುತ್ತದೆ
ಕೇಳಿಸಿಕೊಂಡ ನಿಮ್ಮಗಳ ಪಕ್ಷ
ಬಹುಶಃ ಹುಲ್ಲು ತಿನ್ನುತ್ತಿರಬಹುದು
ಥೇಟ್
ತೆನೆ ಹೊತ್ತ ಮಹಿಳೆಯಂತೆ

31

ಸೋಲಿನ ಸುಖ

ಹಗಲೆಲ್ಲಾ ಕೂಡಿಟ್ಟ
ಬೆವರಿನ ವಾಸನೆ
ರಾತ್ರಿ ಅವಳ ಮುಡಿಯ
ಮಲ್ಲಿಗೆಯಲ್ಲಿ ಕಳೆದುಹೋಗುತ್ತದೆ

ರಾತ್ರಿಯಲ್ಲಾ ಸಿಕ್ಕು ಒದ್ದಾಡಿದ
ಆ ಹಾಸಿಗೆ ಮುಂಜಾನೆ
ನಮ್ಮಿಬ್ಬರ ಪಾದಗಳಿಗೆ ಶರಣಾಗಿರುತ್ತದೆ

ಇಲ್ಲಿ ನಾಚಿಕೊಂಡದ್ದು
ಇಬ್ಬರ ಕಂಗಳು
ಆದರೆ ಆ...
ಯುದ್ಧದಲ್ಲಿ ಶಸ್ತ್ರಗಳು ಸೋಲಲಿಲ್ಲ
ಕಸರತ್ತುಗಳು ನಿಲ್ಲಲಿಲ್ಲ
ಯಾರು ಕ್ಷಮೆಯಾಚಿಸಲಿಲ್ಲ
ವಿಪರ್ಯಾಸವೆಂದರೆ ಇಬ್ಬರೂ ಸೋತೆವು

ಈ ಸೋಲಿನಲ್ಲಿ ಸುಖವಿದೆ
ಸುಖಬೇಕೆಂದರೆ ಪ್ರತಿಸಲವೂ ಸೋಲಬೇಕಿಲ್ಲ
ಶರಣಾಗಬೇಕು
ಅವಳೆದೆಯ ಬಿಸಿಗೆ ಕಿವಿಯಾಗಬೇಕು
ನಾಲ್ಕು ಕೈಗಳು ಅಪ್ಪಿ ತಮ್ಮ
ಜಾತಕವನ್ನು ಪರಸ್ಪರ ನೋಡಿಕೊಳ್ಳಬೇಕು

ಇದಾದ ಮೇಲೆ ಇಬ್ಬರ ನಡುವೆ ಉಳಿದದ್ದು
ಅನುರಾಗವೋ...?
ಹೊಂದಾಣಿಕೆಯೋ...?
ಅಗತ್ಯತತೆಯೋ...?
ಅನಿವಾರ್ಯವೋ...?
ಪ್ರತಿ ಮುಂಜಾನೆ ಹಲ್ಲುಜ್ಜುವಾಗ
ಇವೆಲ್ಲವೂ ಕನ್ನಡಿಯ ಮುಂದೆ ಅನಾವರಣವಾದಾಗ
ಥೂ...ಎಂದು ಉಗುಳಿ
ನೀರು ಮುಕ್ಕಳಿಸುತ್ತೇವೆ.

32

ನಶೆ

ಮುಂಜಾನೆ
ಸಕಲ ಜೀವರಾಶಿಯ ಮೇಲೆ
ದಿನಕರ ರುಜು ಹಾಕುವಾಗ
ಹೂವಿನೆದೆಯೂ ಬಿರಿದು ಸುವಾಸಿಸುತ್ತಿತ್ತು
ಆಗ ಪುಷ್ಕರಣಿಯೊಳಗಿದ್ದ ಮಿನಾರ್
ಮೌನದಿಂದಲೇ ಎಲ್ಲವನ್ನು ಸಹಿಸಿಕೊಂಡಿತ್ತು
ಅದರೊಡಲೊಳಗಿದ್ದ ಅದೆಷ್ಟೋ
ಇತಿಹಾಸದ ಕ್ರೌರ್ಯಗಳಿಗೆ
ಬೆದರಿದ್ದ ಪ್ರೀತಿಗಳ ಸಾರಿ ಹೇಳುತ್ತಿತ್ತು
ಆದರೂ
ತಳದಲ್ಲಿದ್ದ ನೀರು ಶಾಂತವಾಗಿ ಅದರ ಬಿಂಬ ತೋರಿಸಿ ಸಂತೈಸುತ್ತಿತ್ತು.

ನನ್ನವಳು ಅದೇ ಪುಷ್ಕರಣಿಯ ನೀರಿನಲ್ಲಿ
ಪಾದಗಳನ್ನು ಇಳಿಬಿಟ್ಟು
ನನ್ನ ಹೆಗಲ ಮೇಲೆ ಕೈಹಾಕಿದ್ದು
ಯಾವ ಇತಿಹಾಸದ ರುಜುವಾತಿಗಲ್ಲ
ಅವಳೆದೆಯಲ್ಲಿ ಅರಳುತ್ತಿದ್ದ
ಶೃಂಗಾರ ಗೋಪುರಕೆ ಜಾಗ ಹುಡುಕುತ್ತಿದ್ದಳು

ಅವಳ ಪಾದಗಳಿಗೆ ನಯವಾಗಿ ಕಚ್ಚುತ್ತಿದ್ದ
ಹಲವು ಜಾತಿಯ ಮೀನುಗಳಿಗೆ
ಇವಳ ಜಾತಿ ಗೊತ್ತಿರಲಿಲ್ಲ
ಆ ನೀರಿನೊಳಗೆ ಧರ್ಮಗಳ ಗಲಭೆಯಿರಲಿಲ್ಲ
ಹಸಿವಿನ ಹಾಹಕಾರವಿತ್ತು

ಆದರೆ
ಮೇಲಿದ್ದ ನಮ್ಮಿಬ್ಬರಿಗೆ ಜಾತಿಯಿತ್ತು
ಭ್ರಮೆಯ ತಾಕಲಾಟ
ಭವಿಷ್ಯದ ಪೀಕಲಾಟ
ಉದ್ಯೋಗದ ಪರದಾಟ
ಇವೆಲ್ಲವನ್ನೂ ಮೀರಿ ನಾವಿಬ್ಬರು ಬದುಕಬೇಕಿತ್ತು
ಕಾರಣ
ನಾ ಮುಂದೆ ಅವಳು ಹಿಂದೆ

ಪ್ರೀತಿಗೆ ಜಿಹಾದ್ ಒಮ್ಮೊಮ್ಮೆ ಬರೆ ಹಾಕುತ್ತದೆ
ಇರಲಿ
ಬದುಕುತ್ತೇವೆ ಆದರೆ
ನಮ್ಮಂತಾಗಲೂ ಬದುಕಲು ಬಿಟ್ಟರೆ ಮಾತ್ರ
ನಾ ಗಂಡು ಅವಳು ಹೆಣ್ಣು ಅದಷ್ಟಕ್ಕೆ
ಮಾತ್ರ ಜಾತಿಯಿರಲಿ ಎನ್ನುವುದಾದರೆ
ಸಂವಿಧಾನದ ಹಾಳೆಗಳು ಬಲಿಷ್ಟವಾಗಬೇಕಿದೆ
ಅದರ ಪುಟಗಳನ್ನೇ ಹರಿದು ಹಾಕುವ ಮಂದಿಗೂ
ಮಾನವೀಯತೆಯ ಹೆದರಿಕೆ ಬೇಕಿದೆ.

ಶಾಂತಿಯ ನೆಲೆಯ ಮೇಲೆ
ಧರ್ಮಗಳ ಧ್ವಜಗಳು ಹಾರಾಡಬೇಕಿತ್ತು
ಮನುಷ್ಯರ ಕೊಲೆಯಲ್ಲಿ
ರಕ್ತ ಬಾವುಟಗಳು ತಲೆಎತ್ತಬಾರದು
ಎಂದುಕೊಳ್ಳುತ್ತಲೇ ಅವಳನ್ನು ಪ್ರೀತಿಸುತ್ತಿದ್ದೇನೆ
ಅದಾಗಲೇ ಅವಳೆದೆಯ ಮೇಲೆ ನನ್ನೊಲವು
ಅಂಗಾತ ಮಲಗಿತ್ತು
ಎಚ್ಚರವಾಗುವಷ್ಟರಲ್ಲಿ ನಶೆ ಏರಿತ್ತು
ಧರ್ಮದ್ದೋ...?
ಪ್ರೀತಿಯದ್ದೋ...?
ಗೊತ್ತಿಲ್ಲ...!

33

ರುಜುವಾತು

ಸೀಪಿದ ವಾಟೆಯ ಕೊನೆಯ ರುಚಿ
ಹುಳಿಯಾದರೂ ಒಳಗೆ ಹುಳವಿತ್ತು
ನನ್ನೆಸೆದು ಬಿಡು ನೆಲಕ್ಕೆ
ಹುಳವೂ ಮಣ್ಣಾಗುವುದು ನಾ ಚಿಗುರುವೆ
ಮತ್ತೇ ಹಣ್ಣಾಗಿ ನಿನ್ನವನ ತುಟಿಯ ಕಚ್ಚುವೆ
ಅವನು ಬಿಸಾಡುವ ಆ ವಾಟೆಯಲ್ಲೂ
ನಿನ್ನುಸಿರ ಉಸುರುವೆ ಮೆಲ್ಲನೇ
ಅವನ ಕಣ್ಣರೆಪ್ಪೆಯ ಸಂದಿಯಲ್ಲಿ

ಹಣ್ಣು ತಿನ್ನುವ ನಿನ್ನವನು ಹೇಳಿದ್ದ
ಮೈ ತುಂಬ ಹೂಗಳೆಂದು
ಅವುಗಳು ಅರಳಿ
ನಿನ್ನೊಳಗೆ ವಾಟೆಯ ಹುಟ್ಟಿಸುವ
ಮಳೆ ಗಾಳಿಗೂ ಅಲ್ಲಾಡಲಾಗದ ಚಿಗುರು
ಕತ್ತರಿಯ ಸದ್ದಿಗೆ ಅವಿತುಕೊಂಡಿತು
ಬೇವರ್ಸಿ ಬದುಕಿಗೆ ಒಪ್ಪಿಗೆಯೂ ಕೂಡ ರುಜು

ರುಜುವಾತಿಗೆ ರಂಬೆ ಕೊಂಬೆಗಳು ಮುರಿಯಬೇಕಿಲ್ಲ
ಅದರಲ್ಲಿ ಹಸಿರೆಲೆಗಳು ನನ್ನತನ
ಹಣ್ಣೆಲೆಗಳು ನಮ್ಮತನವಾಗಬಹುದು
ಇರಲಿ
ತೊಗಟೆ ಅಂಟು ಕಸ ರಸ

ಎಲ್ಲವೂ ಅಗ್ನಿಯ ಪಾಲು
ಉಳಿದ ಬೂದಿಯಾದರೂ ನಿನ್ನೆಸರೇಳಲಿ
ಆಗ ನಾ ಚಿತಾಭಸ್ಮ

ನನ್ನ ಗೋರಿಯ ಮೇಲೆ ಸೌಧ ಕಟ್ಟದಿರು
ಮರಳು ಕಲ್ಲು ಇಟ್ಟಿಗೆ ದುಬಾರಿ
ಮಣ್ಣೊಳಗೆ ಲೀನವಾಗಿಸಿ ಬಿಡು
ನಿನ್ನ ಕೂಗಿಗೆ ಎದ್ದು ಕೂರುವೆ

ಆಗ ಮತ್ತದೇ ಸಂಭಾಷಣೆ
ಮಾವಿನ ತೀಟೆ...ಸೀಪಿದ ವಾಟೆ
ಆಗಲೂ ಹುಳಗಳೇ
ಅವೇನೂ ಮಾಡಲಾರವು ಬಿಡು ಗೆಳೆಯ
ನಮ್ಮಿಬ್ಬರ ಅಪ್ಪುಗೆಗೆ ನಾಚಿಕೊಳ್ಳುವವು
ಆಗ ನಾ ಪ್ರೇತಾತ್ಮವಾದರೂ ಸರಿ
ನಿನಗಾಗಿ ಮತ್ತೆ ಚಿಗುರುತ್ತೇನೆ
ನನ್ನ ಗುದ್ದಿನ ಮೇಲೆ ವೃಕ್ಷವಾಗಿ

ಆಗಲೂ ನಿನ್ನಲ್ಲಿ ಆತ್ಮವಿಲ್ಲದಿದ್ದರೆ
ಶುಕವಾಗಿ ಕಚ್ಚಿ ತಿನ್ನು
ಹಣ್ಣಾಗಿರಲಿ ಕಾಯಾಗಿರಲಿ
ಆಗಲೂ ನಿನಗೆ ಮೀಸಲು
ಬೇಕಾದರೆ ಈಗಲೂ ಗಿಣಿಶಾಸ್ತ್ರ ಕೇಳಿ ನೋಡು

34

ನಿವೃತ್ತಿಯ ವೃತ್ತಿ

ರಾತ್ರಿಯಾಗಿತ್ತು
ಹೊರಗೆ ಅಂಗಾತ ಮಲಗಿದವನಿಗೆ ನಕ್ಷತ್ರದಷ್ಟು ಯೋಚನೆಗಳು
ನಿವೃತ್ತನಾಗಿ ಇಪ್ಪತ್ತು ದಿನಗಳಾದವು
ಬೆಳಗಿನಿಂದ ಸಂಜೆತನಕ ಕೆಲಸವಿಲ್ಲದ ತಿರುಗು
ಹೊತ್ತು ಹೋಗುತ್ತಿಲ್ಲ ಮನೆಯಲ್ಲಿ ಕಿರಿಕಿರಿ
ಇಷ್ಟರಲ್ಲೇ ಕ್ವಾಟರ್ಸ್ ಖಾಲಿಮಾಡಬೇಕು
ಇಷ್ಟು ದಿನವಿದ್ದ ಒಂದಿಷ್ಟು ಬೇನಾಮಿ ದುಡಿತವಿಲ್ಲ
ಕೊನೆಯ ಮಗ ವಿಕಲಚೇತನ
ಈ ಮಧ್ಯೆ ಮಗಳು ಎದೆಯುಬ್ಬಿಸಿ ನಡೆಯುತ್ತಾಳೆ
ಮೈ ಮೇಲೆ ಖಾಕಿಯಿಲ್ಲದೆ ಇವಳ ಮದುವೆಯ ಕನಸಿದೆ

ಮೊದಲಿನ ಪೊಲೀಸ್ ಮರ್ಯಾದೆ ಈಗಿಲ್ಲ
ಕ್ಯಾಬಾ ಪೀರಸಾಬ್ ಎನ್ನುತ್ತಾರೆ
ಸೊಪ್ಪಿನ ಹುಸೇನಿ ಕೂಗಿದರೂ ಕ್ಯಾರೇ ಎನ್ನುವುದಿಲ್ಲ
ಜನ ಅಲ್ಲಲ್ಲಿ ಪಿಸಿಪಿಸಿ ನಗುತ್ತಾರೆ
ಎಲ್ಲರಿಗೂ ಬೆತ್ತದಿಂದ ಬಾರಿಸುವಾಸೆ
ಅದೆಲ್ಲಾ ಒತ್ತಟ್ಟಿಗಿರಲಿ
ಬಸ್ ಸ್ಟ್ಯಾಂಡಿನ ಸೂಳೆಯರು ಸಹ ಹೆದರುವುದಿಲ್ಲ
ರಿಟೈರಾದ ಸುದ್ದಿ ಗೊತ್ತಾದ ಮೇಲೆ
ಎಲ್ಲರೂ ಅಣಕಿಸುವ ರೀತಿಯಲ್ಲಿ ಕೈ ಆಡಿಸುತ್ತಾರೆ
ಗೂಡಂಗಡಿಯವನು ಸಹ ಸಿಗರೇಟನ್ನು ಉದ್ರಿ ನೀಡುತ್ತಿಲ್ಲ
ಹಳೇ ಓಣಿಗಳಿಗೂ ಕಾಲಿಡುವ ಹಾಗಿಲ್ಲ
ಸದರದ ಮಾತಾಡಿ ಓಸಿ ಆಡಲು ಕರೆದು
'ಕ್ಯಾ ಹುವಾ ತೇರಾ ವಾದ' ಎನ್ನುತ್ತಾರೆ

ಇನ್ನೆರಡು ದಿನ ಕಳೆದರೆ ಅಕ್ಕಿ ಖಾಲಿ
ಪೆನ್ಶನ್ ಗಾಗಿ ತಾರೀಖು ಕಾಯುವ ಪರದಾಟ
ಈಗೀಗ
ಹೆಂಡತಿಯ ಬೆಚ್ಚನೆಯ ಉಸಿರು ಬಡಿದಾಗ
ಅವಳ ಬಲಗಿವಿಯಲ್ಲಿ ದುಡ್ಡಿನ ಬೆಲೆ ಅರಿವಾಗಲಿಲ್ಲ
ಕ್ಷಮಿಸೆಂದು ಕೇಳಿಕೊಳ್ಳಬೇಕೆನಿಸಿದರೂ ಪೋಲೀಸ್ ದರ್ಪ ಒಪ್ಪುತ್ತಿಲ್ಲ
ಅಮಾಯಕರ ಬೆದರಿಸಿದ್ದ ಲಾಟಿ ಮನೆಯ ಧೂಳು ಕೊಡುವುತ್ತಿದೆ
ಬೂಟಿನ ಗತ್ತು ನೆಲ್ಕತ್ತಿ ತಳ ಹರಿದಿವೆ
ಬೆಲ್ಟಿನ ಚರ್ಮ ಹಾವಿನ ಪೊರೆಯಂತೆ ಸುಲಿದು ಬಿದ್ದಿದೆ

ಮುಂದ್ಹೇಗೆ?
ಸಾವಿರ ಚುಕ್ಕಿಗಳಿಂದ ಮೂಡಿದ ಆಕಾಶ ನೋಡುತ್ತಾ
ಮಲಗಿದ್ದವ ತಟ್ಟನೇ ಎದ್ದು ತಲೆಕೊಡವಿದ
ಹುಚ್ಚು ನಿರ್ಧಾರಕ್ಕೆ ಬಂದು
ಅಟ್ಟದ ಮೇಲೆ ಧೂಳಿಡಿದಿದ್ದ ಖಾಕಿ ಕೊಡವಿ
ಭಯದಿಂದ ಧರಿಸಿ ರಾತ್ರಿ ರಸ್ತೆಗಿಳಿದ
ಸುಮಾರು ರಾತ್ರಿ ಒಂದು ಗಂಟೆ ಎದುರಿಗೆ ಬಂದ
ಪೋಲೀಸ್ ವ್ಯಾನ್ ನೋಡಿ ಗಾಬರಿಯಾಗಿ
ಕಳ್ಳನಂತೆ ಬಚ್ಚಿಟ್ಟುಕೊಂಡ

ಛೆ... ಛೆ... ಎಂದು ನಾಚಿಕೆಯಾಗಿ
ಪುನಃ ರಸ್ತೆಗೆ ಬಂದು ನಿಂತ
ಮುಂದಿನ ಪೊದೆಯಲ್ಲಿ ಆಗತಾನೆ
ಮೈಮಾರಿಕೊಂಡ ಹಳೇ ವೇಶ್ಯೆಯೊಬ್ಬಳು
ಬಾಡಿದ ಮುಖದ ಪೀರಸಾಬ್ ನೋಡಿ
ಎರಡು ನೂರರ ನೋಟನ್ನು ಅವನ ಕೈಗಿತ್ತು
ಸೆರಗು ಸರಿಮಾಡಿಕೊಳ್ಳುತ್ತಲೇ ಮರೆಯಾದಳು

ಆ ನೋಟಲ್ಲಿ ನಗುತ್ತಿದ್ದ ಗಾಂಧಿಯನ್ನು
ನೋಡಿದ ಪೀರಸಾಬ್
ಈ ಮಧ್ಯರಾತ್ರಿಯಲ್ಲಿ ಸ್ವಾತಂತ್ರ್ಯ ಸಿಕ್ಕಿದ್ದು ಯಾರಿಗೆ?
ನನಗಾ ಅವಳಿಗಾ? ಎಂದುಕೊಳ್ಳುವಾಗ

ಒಮ್ಮೆಲೆ ಒತ್ತರಿಸಿದ ದುಃಖದಿಂದ
ಬಲಗಣ್ಣಿನ ಹನಿ ಆ ನೋಟಿನ ಮೇಲೆ ಬಿತ್ತು
ಆ ನೋಟಿನ ಗಾಂಧಿ ಮತ್ತಷ್ಟು ಜೋರಾಗಿ ನಗತೊಡಗಿದ

ಸಹಿಕೊಳ್ಳಲಾಗದೆ ನೋಟು ಮುದುರಿ ಜೇಬಿಗಿಳಿಸಿದ
ಬೈಕಿನಲ್ಲಿ ಹೊರಟಿದ್ದ ಹಳೇಕುಡುಕ ತಲೆಮೇಲಿದ್ದ ಟೋಪಿಗೆ ಹೊಡೆದು
ನಗುತ್ತಾ ನಡೆದ
ಅಸಹಾಯಕತೆಯ ಉನ್ಮಾದ ನೆತ್ತಿಗೇರಿ ಪಿತ್ತವಾಗಿ
ಎದೆಯ ಮೇಲಿದ್ದ ಜೇಬನ್ನು ಹರಿದೆಸೆದು
ನಿಂತಲ್ಲೇ ಕುಳಿತು ಅಳತೊಡಗಿದ
ವ್ಯಕ್ತಿತ್ವ ಹೋದರೆ ವ್ಯಕ್ತಿ ಬದುಕಿದ್ದು ಸತ್ತಂತೆ ಎಂದುಕೊಳ್ಳುವ
ಆ ವೇಳೆಗಾಗಲೇ ಮಸೀದಿಯಲ್ಲಿ ಆಜಾನ್ ಕೇಳಿಸುತ್ತಿತ್ತು

ಇತ್ತ ನಮಾಜ್ ಮಾಡಲಾಗದೆ
ನಿಲ್ಲಲು ಆಗದೆ ನಡೆಯತೊಡಗಿದ
ಮುಂದೆ ರಸ್ತೆ ಅಪಘಾತದಲ್ಲಿ ಅದೇ ವೇಶ್ಯೆ ಸತ್ತುಬಿದ್ದಿದ್ದಳು
ಹೆಣದ ಕಣ್ಣು ಇನ್ನೂ ನೋಡುತ್ತಿದ್ದವು
ಹಣೆಯ ಮೇಲೆ ಕೈ ಇರಿಸಿದ
ಹೆಣದ ಕಣ್ಣು ಮುಚ್ಚಿಕೊಂಡವು
ಅಲ್ಲಿ ನಿಲ್ಲಲಾಗಲಿಲ್ಲ
'ಬೇಚಾಹುವಾ ಶರೀರ್ ಮಿಟ್ಟಿಮೆ ಮಿಲ್ಗಯಾ
ಮಧುರ ಮನ್ ಝಿಂದಾ ಹೈ' ಎನ್ನುತ್ತಲೇ...
ರಸ್ತೆಯ ಮಧ್ಯೆ ಬಂದವನೇ ಹುಚ್ಚು ನಾಯಿಯಂತೆ ಓಡಿದ
ಅಲ್ಲಲ್ಲಿ ರಸ್ತೆಯಲ್ಲಿ ಮುಗ್ಗರಿಸಿ ಬಿದ್ದ
ಮೈ ಮೇಲಿದ್ದ ಬಟ್ಟೆ ಕಿತ್ತೊಗೆದು
ವೇಗವಾಗಿ ಓಡುತ್ತ
ಪೊಲೀಸ್ ಠಾಣೆಯ ಮುಂದೆ ಬಂದವನೇ
ಕತ್ತರಿಸಿದ ಆಲದ ಮರದಂತೆ ನೆಲಕ್ಕೆ ಬಿದ್ದ
ಹಣೆಗೆ ಪೆಟ್ಟು ಬಿದ್ದು ದೇಹದಿಂದಲೇ ನಿವೃತ್ತಿಯಾಗಿದ್ದ
ಫೀರಸಾಬ್ ಮತ್ತೇ ಮೇಲೇಳಲೇ ಇಲ್ಲ

35

ಯಾರು

ಮಣ್ಣಿನ ಜಠರದೊಳಗಿದ್ದು
ಹತ್ತಿಯ ಮೈ ಬಿಸಿಮಾಡಿ
ಕತ್ತು ಹೊರಳಾಡುಸುತ್ತಲೇ ಕೆಂಪಾಗಿ
ಮಧ್ಯ ಕೇಸರಿಯಾಗಿ
ಗಮನವಿಟ್ಟವರಿಗೆ ಬಿಳಿಯಾಗುತ್ತೇನೆ
ಮುಟ್ಟಿದರೆ ಮುಟ್ಟಾಗುತ್ತೇನೆ.

ನಾನು ಕಮ್ಯುನಿಷ್ಟು ಅಲ್ಲ
ಆರ್‌ಎಸ್‌ಎಸ್‌ನ ಎಡ ಬಲವಾಗಲಿ
ಬಿಳಿಯೊಂದಿಗಿನ ಹಸಿರಿನ ಲೇಪವಿಲ್ಲ
ಹಚ್ಚಿದರೆ ಉರಿಯುತ್ತೇನೆ
ಬಿಚ್ಚಿದರೆ ಬಯಲ ಭೈರಾಗಿಗೆ ಜನ್ಮ ನೀಡಬಲ್ಲೆ

ರಾಮಾಯಣ ಮಹಾಭಾರತ ಆದಿಯಾಗಿ
ನನ್ನೊಳಗೆ ಉದಿಸಿದವು
ನನ್ನ ಮೋಹಕ್ಕಾಗಿ ಅಂತ್ಯವಾದವು
ನಾನು ಕರ್ಮಕ್ಕಾಗಿ ಸೋತದ್ದುಂಟು
ಮೋಹಕ್ಕಾಗಿ ಮೈಮರತದ್ದುಂಟು
ನನ್ನೊಳಗೆ ಶಪಥಗಳು ಅಡಗಿವೆ
ಪ್ರಮಾಣಗಳು ಪ್ರಾಯಶ್ಚಿತ್ತ ಕೇಳುತ್ತಿವೆ

ನಾನ್ಯಾರೆಂದು ಜಗತ್ತಿಗೆ ತೋರಿಸುವ ಮೊದಲೇ
ನೀವೇ ಬಯಲಾಗಿಸುವ ಪ್ರಮೇಯಕ್ಕೆ

ಶಾಪವಿಕ್ಕುವಾಗ ಬಿಕ್ಕುತ್ತೇನೆ
ಪುನಃ ನಾನು ಯಾರು

ನನ್ನೊಳಗೆ ಎಲ್ಲವೂ ಇದೆ
ಆದರೆ ನಾ ಶೂನ್ಯವಲ್ಲ
ಏಕೆಂದರೆ ಜಗತ್ತನ್ನು ಹುಟ್ಟಿಸುತ್ತೇನೆ

36

ನೀರೇ...

ಅವ್ವನ ಎದೆಯಲ್ಲಿ ಹಾಲಿರಲಿಲ್ಲ
ಸೊಂಟದಲ್ಲಿದ್ದ ತಂಗಿ ಅಳುತ್ತಿರುವಾಗ
ಸಾಲುಮನೆಗಳ ನಳದಲ್ಲಿ ನೀರು ತೊಟ್ಟಿಕ್ಕುತ್ತಿತ್ತು

ಬಿಸಿಲಿಗೆ ಹಿತ್ತಾಳೆ, ಸಿಲ್ವರ್, ಪ್ಲಾಸ್ಟಿಕ್ ಕೊಡಗಳು ಮುಂಡವಿಲ್ಲದ
ರುಂಡಗಳಂತೆ ಹೊಳೆಯುತ್ತಿದ್ದವು
ಅದೆಷ್ಟು ಹೊತ್ತಾದರೂ ಅವ್ವ ಕುಳಿತುಕೊಳ್ಳಲಿಲ್ಲ ಕಾರಣ ಹರಿದ ಲಂಗದ
ಭಯ

ಪೇಚಾಡಿ ನೀರನು ಹೊತ್ತು ನಡೆಯುವಾಗ
ಅವಳ ನೆರಳಿಗೆ ನನ್ನ ನೆರಳಂಟಿಸಿ
ಮೂಗಿನಲ್ಲಿ ಇಳಿಬಿದ್ದ ಗೊಣ್ಣೆ ತಿಕ್ಕಿ ನಡೆಯುತ್ತಿದ್ದೆ
ಅವ್ವನ ನೆತ್ತಿಯ ಮೇಲಿದ್ದ ಕೊಡ ತುಳುಕಿದಾಗ
ಹನಿಗಳು ನನ್ನ ಕಣ್ಣ ಗುಡ್ಡೆಯೊಳಗಿಂದ ಇಂಗಿ
ನಾಸಿಕದೊಳಗಿಳಿದು ಬಾಯೊಳಗೊತ್ತರಿಸಿದವಳೇ ಭೀಷ್ಮನ ತಾಯಿ

ಯುಗಾದಿ ಬರುವಷ್ಟರಲ್ಲಿ ನೀರಿಗೆ ಬರ
ಅವ್ವ ಅರಿವೆಯ ಗಂಟಿನೊಂದಿಗೆ ಹೋದಾಗ
ಕೆರೆ ಚಾನೆಲ್ಗಳು ನೀರಿನೊಳಗೆ ನಕ್ಕಿದ್ದನ್ನು ನೋಡಿದ್ದೇನೆ

ಅಂದು ನೀರು ನನ್ನ ಪಾಲಿಗೆ ಅಮೃತ
ಅದನ್ನು ಕೂಡಿಟ್ಟು ಬಚ್ಚಿಟ್ಟು ಕಾದಿಟ್ಟು ಕುಡಿದಿದ್ದಿದೆ
ಕಾರಣ ನಾವು ಆಗ ನೀರಿಗೂ ಬಡವರು

ಈಗ ಬೇಕಾಬಿಟ್ಟಿ ನೀರು ಚೆಲ್ಲುವವರ ಮಧ್ಯೆ
ಪ್ರಶಾಂತವಾಗಿ ಕುಳಿತು ಗಾಳಿಯಂತೆ ಹರಿದಾಡುವ ನೀರನ್ನು ರವಿವರ್ಮನಂತೆ
ನೋಡುತ್ತೇನೆ
ಮುಂದೆ ವಿಧುರನಂತೆ ಬಣ್ಣಿಸಬೇಕಾಗಬಹುದು
ಸಮಸ್ಯೆಯಲ್ಲಿ ನೀರಿಲ್ಲ, ನಮ್ಮಲ್ಲಿ ನಮ್ಮತನವಿಲ್ಲ
ಮಂದಿರ ಮಸೀದಿ ಚರ್ಚುಗಳನ್ನು ಕಟ್ಟಲು
ನೀರು ಮೊದಲು ಮಣ್ಣೇ ಕೊನೆ

37

ಅರ್ಥ

ಹಾಗೆಯೇ ನಿದ್ದೆ ಹೊತ್ತಿತು
ಅರೆ ಮಂಪರು
ಹೊರಗೆ ತರಕಾರಿ ಗಾಡಿ ಸದ್ದು
ಟಮೋಟೋ ನೂರು ಟಮೋಟ ನೂರು
ಇದರ ಸಂದಿಯೊಳಗೇ
ಹೊಟೇಲಿನ ಎಫ್‌ಎಂ ರೇಡಿಯೋ ಗುನುಗುತ್ತಿತ್ತು
ಸಣ್ಣಗೆ ಜೀಯ್ಗುಟ್ಟುವ ನೊಣಗಳು
ಎಲ್ಲರ ತಟ್ಟೆಯಲ್ಲಿ ಅದೇ ಇಡ್ಲಿ ಗಟ್ಟಿ ಚಟ್ನೀ
ನಾ ಹೊದ್ದ ಚಾದರಿಗೂ ಅಲ್ಲಿನ ಬಿಸಿ ಸಾಂಬರಿನ ವಾಸನೆ ತಿಳಿಯುತ್ತಿತ್ತು

ಏಳು ಎದ್ದೇಳೋ ಕೆಲಸಕ್ಕೋಗು
ಎನ್ನುವ ಅವ್ವನ ಸದ್ದಿಗೆ
ತೀರ ಅತಿಯಾಯ್ತು ಎನ್ನುವಷ್ಟು
ಅಪ್ಪನ ಬೈಗುಳ ಜೊತೆಯಾಗಿತ್ತು
ಹಕ್ಕಿಗಳಂತೆ ಹಾರಿಹೋಗಬೇಕು
ಪ್ರತಿದಿನ ಕಾಳು ಹಾಕುತ್ತಿದ್ದೇನೆ
ಆದರೂ ಹೆಣ್ಣುಹಕ್ಕಿ ಸಿಕ್ಕಿಲ್ಲ

ಒಂದಿಷ್ಟು ದಿನ ಬದುಕಿ ಹೆಣವಾಗುವ
ಈ ದೇಹವನ್ನು ಏಳು ಏದ್ದೇಳು ಮುನ್ನುಗ್ಗೆಂದರೂ
ಬೇಡ ಪದೇ ಪದೇ ಕಾಡಿಸಬೇಡ
ಬದುಕಿರುವುದೇ ದೇಹ ಸುಖಕ್ಕಾಗಿ

ಸುಖವಾಗಿರಲಿ ಬಿಡು...
ಎಂದೆನಿಸುವಾಗ ಖರ್ಚಿಗೆ ಕಾಸಿಲ್ಲವೆನಿಸುತ್ತದೆ

ಈ ಜಗಕೆ ಬಾಹ್ಯ ಸುಖವೇ ಮುಖ್ಯ
ಏಳು ಎದ್ದೇಳು ಕಷ್ಟವಿಲ್ಲದೆ ದುಡಿ
ಎನ್ನುವ ಸ್ನೇಹಿತನ ಕಾರು ಕಣ್ಣು ಕುಕ್ಕುತ್ತದೆ
ಪೆಟ್ರೋಲ್ ದರಕ್ಕೆ ತಲೆ ತಿರುಗುತ್ತದೆ

ಕೈಗೆಟುಕದ ಸೈಟುಗಳು
ಕನಸಿನ ಮನೆ
ಮೆಚ್ಚಿನ ಹುಡುಗಿ
ತಿಕ್ಕಲು ಮಕ್ಕಳು ಹುಟ್ಟುವ ಮುಂಚೆ
ಒಂದೊಳ್ಳೆಯ ಕೆಲಸ ಹುಡುಕಬೇಕು
ರೀತಿ ನೀತಿ ಕಟ್ಟಿಟ್ಟು ಜಾತಿ ಮುಚ್ಚಿಟ್ಟು

ಎನ್ನುವಾಗಲೇ

ಹೊಟ್ಟೆಯೊಳಗೆ ಮುರಿತ, ಬೈಗುಳದ ಕೂಗು,
ತಲ್ಲಣದ ಆರ್ಭಟ, ಮಾಟ ಮದ್ದು
ಹಾಳು ಮೂಳು, ಸುಡುಗಾಡು ಸೊಂಟಿಕೊಂಬು
ಕಾರಣವಿಲ್ಲದೆ ತಿವಿಯುತ್ತವೆ

ಅಲೇ ಇವ್ನಾ

ಭಯ ಕರಗಿಸಿ ಪ್ರತಿ ವರ್ಷಋತುವಿಗೆ ಕಾಯುತ್ತ
ಕತ್ತೆತ್ತಿ ನೋಡುತ್ತಿದ್ದೇನೆ
ಜೀವಂತವಾಗಿ ನಿಲ್ಲಬೇಕೆಂದು
ಕೊನೆಗೆಲ್ಲವೂ ಒಂದಾಗಿ
ಆತ್ಮ ಮಾತ್ರ ಬೇರೆಯಾದರೆ
ಅರ್ಥವಾದರೂ ಏನು ಉಳಿದೀತು

38

ಉಳಿದದ್ದು

ಅವಳೆದೆಯ ನಡುವೆ ಮುಖವಿಟ್ಟಾಗ
ಎರಡು ಪಾರಿಜಾತದ ಹೂ
ಗಲ್ಲವನ್ನು ಸ್ಪರ್ಷಿಸಿದವು
ಅದರ ದಳಗಳು ಕಿವಿಗೆ ತಾಕುತ್ತಿದ್ದವು
ನನ್ನುಸಿರಿಗೆ ಅವಳೆದೆ ಬಡಿತದ ಸೆಳೆತ
ಅವಳುಸಿರಿಗೆ ಬಸಿರಿನ ಭಯ
ಕಮಲ ಕೆಸರಿನಲ್ಲೇ ಅರಳುವುದಾದರೂ
ನೀರಿನೊಂದಿಗೆ ಕೊಸರಿಕೊಳ್ಳುವುದಿಲ್ಲ

ಕಾರಣ...!
ಮಣ್ಣಿಗೂ ಮಕ್ಕಳಿಗೂ ಅಷ್ಟೇನು ವ್ಯತ್ಯಾಸವಿಲ್ಲ
ಮಕ್ಕಳಿಗಾಗಿ ಮಣ್ಣಿನ ಖರೀದಿ
ಕೊನೆಯ ಮಣ್ಣಿಗೆ ಆ ಮಕ್ಕಳೇ ಇಲ್ಲ

ಉಳಿದಿದ್ದೇನು...?
ಸಮಯವಿಲ್ಲದ ದಿನಗಳು
ನಮ್ಮನ್ನೇ ನೋಡದ ನಾವುಗಳು
ಆಸೆಯನ್ನು ಹತ್ತಿಕ್ಕಿದ್ದ ಕ್ಷಣಗಳು
ಇದರ ನಡುವೆ
ಉಂಡದ್ದು ಉಣಿಸಿದ್ದು ನಕ್ಕಿದ್ದು
ಕೆಲವರಿಗೆ ಬೈದದ್ದು
ನನ್ನವಳಿಂದ ಬೈಸಿಕೊಂಡದ್ದು...

ಇವೆಲ್ಲದರ ನಡುವೆ
ಪ್ರೇಯಸಿಯ ನಗು ಆಗಾಗ
ಎದೆಯ ಮೇಲೆ ಕೈಯಾಡಿಸುತ್ತದೆ
ಹಾಗಾಗೀ ಆ ರೋಮಗಳು ಸುರಳಿಯಾಗಿವೆ

ವೀರಲೋಕದ ಪ್ರಕಟಣೆಗಳು

1. ಕೈ ಹಿಡಿದು ನೀ ನಡೆಸು ತಂದೆ–**ವಿಶ್ವೇಶ್ವರ ಭಟ್**........250/–
2. ವಿಶ್ವಸುಂದರಿ–**ಕುಂ. ವೀರಭದ್ರಪ್ಪ**........160/–
3. ನಿಮಗೆಷ್ಟು ಹಣ ಬೇಕು?–**ಅನಂತ ಹುದೆಂಗಜೆ**........250/–
4. ಆರ್ಟ್ ಆಫ್ ಸಕ್ಸಸ್–**ರಮೇಶ್ ಅರವಿಂದ್**........120/–
5. ಮನಿ ಮನಿ ಎಕಾನಮಿ–**ರಂಗಸ್ವಾಮಿ ಮೂಕನಹಳ್ಳಿ**........160/–
6. ಇವರು ಅವರು ದೇವರು–**ಜೋಗಿ**........200/–
7. ಲಾಸ್ಟ್ ಡೇಸ್ ಆಫ್ ಲೆಜೆಂಡ್ಸ್–**ಗಣೇಶ್ ಕಾಸರಗೋಡು**........225/–
8. ಒಳ್ಳೆಯ ಬದುಕಿನ ಸೂತ್ರಗಳು–**ರವಿ ಕೃಷ್ಣಾರೆಡ್ಡಿ**........150/–
9. ಸೋಲೆಂಬ ಗೆಲುವು–**ದೀಪಾ ಹಿರೇಗುತ್ತಿ**........150/–
10. ಬೆಳ್ಳಿತೆರೆಯ ಬಂಗಾರದ ಗೆರೆ–**ಗಣೇಶ್ ಕಾಸರಗೋಡು**........150/–
11. ನಟನ ಕಥೆ–ಮಂಡ್ಯ ರಮೇಶ್–**ಎನ್. ಧನಂಜಯ**........250/–
12. ತ್ಯಾಗಕ್ಕಿಲ್ಲ ನೂಕುನುಗ್ಗಲು–**ಡಾ. ಗವಿಸ್ವಾಮಿ ಎನ್.**........140/–
13. ಬದುಕೇ ಭಗವಂತ–**ಡಾ. ಡಿ.ಎಸ್. ಶ್ರೀನಿವಾಸ ಪ್ರಸಾದ್**........170/–
14. ಮಾದಕ ದೊರೆ–**ಸಂತೋಷಕುಮಾರ ಮೆಹೆಂದಳೆ**........375/–
15. ದ್ವೈತ–**ರಾಘವ್**........140/–
16. ಹೃದಯದ ಮಾತು ಕೇಳಿ–**ಮಂಜುನಾಥ್ ಚಾಂದ್**........150/–
17. ಹಿಂದಿನ ನಿಲ್ದಾಣ–**ಶುಭಶ್ರೀ ಭಟ್ಟ**........120/–
18. ಪ್ರೀತ್‌ಸು–**ರಾಜೀವ ನಾರಾಯಣ ನಾಯಕ**........170/–
19. ಕೃಷಿ ಯಾಕೆ ಖುಷಿ?–**ನರೇಂದ್ರ ರೈ ದೇರ್ಲ**........140/–
20. ಕ್ಷಯ–**ಡಾ. ವಾಸುದೇವ ಶೆಟ್ಟಿ**........120/–
21. ಅರ್ಧ ಬಿಸಿಲು ಅರ್ಧ ಮಳೆ...–**ಸದಾಶಿವ ಸೊರಟೂರು**........120/–
22. ಯಾರೂ ಹೇಳದ ಕಥೆಗಳು–**(ಸಂ.) ಸುದರ್ಶನ ಚೆನ್ನಂಗಿಹಳ್ಳಿ**........150/–
23. ಕಥಾ ಸಾಗರಿ–**ನಾಗವೇಣಿ ವೆಂ. ಹೆಗಡೆ ಹೆಗ್ಗರ್ಸಿಮನೆ**........120/–
24. ಮೆಮರೀಸ್ ಆಫ್ ಬಾರ್ಸಾ–**ರಂಗಸ್ವಾಮಿ ಮೂಕನಹಳ್ಳಿ**........160/–
25. ಮೇರುನಟ–**ಡಾ. ಶರಣು ಹುಲ್ಲೂರು**........120/–
26. ನಾ ಸೆರೆಹಿಡಿದ ಕನ್ಯಾಸ್ತ್ರೀ–**ಶಶಿಧರ ಹಾಲಾಡಿ**........200/–
27. ಟ್ರಾಯ್–**ಗಾಯಿತ್ರಿ ರಾಜ್**........200/–
28. ಫಾರೆಸ್ಟರ್ ಪೊನ್ನಪ್ಪ–**ನೌಶಾದ್ ಜನ್ನತ್ತ್**........300/–
29. ವಿಶ್ವಯಾನಕ್ಕೆ ಗಣಿತವಾಹನ–**ಎಸ್.ವಿ. ಶ್ರೀನಿವಾಸಮೂರ್ತಿ**........200/–
30. ಲೆಟ್ಸ್ ಮೇಕ್ ಎ ಶಾರ್ಟ್ ಫಿಲಂ–**ಜಯರಾಮಾಚಾರಿ**........120/–

31. ಕುಣಿಗಲ್ ಟು ಕಂದಹಾರ್–**ಮಂಜುನಾಥ್ ಕುಣಿಗಲ್**..........................**260/–**

32. ಗದಾಯುದ್ಧಂ–**ಡಾ. ಎಂ.ಎ. ಜಯರಾಮ್ ರಾವ್** **350/–**

33. ಫೀನಿಕ್ಸ್–**ದೀಪಾ ಹಿರೇಗುತ್ತಿ**..........................**120/–**

34. ಹಿಟ್ಲರ್ ಲವ್ ಪಾಲಿಟಿಕ್ಸ್–**ಸತೀಶ ಬಳೆಗಾರ** **170/–**

35. ಭಾನುಮತಿಯ ಪರಿವಾರ–**ಕುಮಾರಸ್ವಾಮಿ ತೆಕ್ಕುಂಜ**..........................**140/–**

36. ನೀ ದೂರ ಹೋದಾಗ–**ಫೌಝಿಯ ಸಲೀಂ**..........................**220/–**

37. ವ್ಯಗ್ರ ಮತ್ತು ಇತರ ಕಾದಂಬರಿಗಳು–**ಕುಮಾರ ಬೇಂದ್ರೆ**..........................**180/–**

38. ಸತ್ಯದ ಅನಾವರಣ–**ಕೆ.ಎಸ್. ರಮಾಸುಂದರಿ** **100/–**

39. ಅಂತಾರಾಷ್ಟ್ರೀಯ ಕುಂಬಳಕಾಯಿ ಮತ್ತು ಇತರ ಕಥೆಗಳು
–**ಅಬ್ದುಲ್ ರಶೀದ್** **120/–**

40. ಅನಾಥ ಪ್ರೀತಿಯ ಅನುಬಂಧ
–**ಬಿ. ಮಂಜುನಾಥ್ ಕಾಮತ್ ಹಾಲಾಡಿ** **140/–**

41. ಹಕ್ಕಿ ಮತ್ತು ಹುಡುಗಿ (ಕವನ ಸಂಕಲನ)–(**ಸಂ.) ಪ್ರಜಾವಾಣಿ ಬಳಗ**..... **150/–**

42. ಹಾವಿನ ಮನೆ–**ಅನು ಬೆಳ್ಳೆ (ರಾಘವೇಂದ್ರ ಬಿ. ರಾವ್)**..........................**250/–**

43. ಈಗಲ್ಸ್ ಲೈನ್–**ರಾಜೇಶ್ ಕುಮಾರ್ ಕಲ್ಯಾ**..........................**220/–**

44. ನಂಬಿಕೆಯೆಂಬ ಗಾಳಿಕೊಡೆ–**ಡಾ. ಪ್ರೇಮಲತ ಬಿ.** **180/–**

45. 10 ಕುಟುಂಬ 18 ಗೋತ್ರದ ಗೌಡ ಪರಂಪರೆ
–**ಪುತ್ತೂರು ಅನಂತರಾಜ ಗೌಡ** **300/–**

46. ಗಿಳಿಯು ಬಾರದೆ ಇರದು (ಕಥಾಸಂಕಲನ)
–**ಪಿ.ಎಸ್. ಶ್ರೀಧರನ್ ಪಿಳ್ಳೆ (ಅನುವಾದ: ಮೇರಿ ಜೋಸೆಫ್)**.................. **85/–**

47. ಒಂದು ಆದಿಮ ಪ್ರೇಮ (ಕವನ ಸಂಕಲನ)–**ನಂದಿನಿ ಹೆದ್ದುರ್ಗ**............ **150/–**

48. ಮಣ್ಣೇ ಮೊದಲು... (ಕವನ ಸಂಕಲನ)–**ಪಾಪುಗುರು** **120/–**

49. ಬಿಂಜೆಮುಳ್ಳು (ಕವನ ಸಂಕಲನ)–**ಫಾಲ್ಗುಣ ಗೌಡ ಅಚವೆ**..........................**120/–**

51. ಗಾಯಗೊಂಡ ಸಾಲುಗಳು (ಕವನ ಸಂಕಲನ)
–**ಸದಾಶಿವ ಸೊರಟೂರು** **110/–**

52. ನಿನ್ನ ಧ್ಯಾನದ ನೂರೊಂದು ಹಣತೆ (ಕವನ ಸಂಕಲನ)
–**ವಾಸುದೇವ ನಾಡಿಗ್** **170/–**
